CAODAI ESSENCE AND PRAYERS

Compiled and translated by

HUM DAC BUI, M.D.
HONG DANG BUI, M.D.
and
NGASHA BECK-HUY

2016

1

Library of Congress Control Number: 2016913285
CreateSpace Independent Publishing Platform, North
Charleston, SC

CAODAI ESSENCE AND PRAYERS

Compiled and translated by

HUM DAC BUI, M.D.
HONG DANG BUI, M.D.
and
NGASHA BECK-HUY

I, your Master, am you, you are Me.
Message from Cao Dai (God) - 1926

CaoDai without being CaoDai is the true CaoDai.
Lý Thái Bạch's spirit - 1974

CONTENTS

WHAT IS CAODAI

Religions are but diverse beautiful manifestations of one same truth.
The noble effort of CaoDai is to unite all of humanity through a common vision of the Supreme Being, whatever our minor differences, in order to promote peace and understanding throughout the world. CaoDai seeks to create a tolerant world, where all can see each other as sisters and brothers from a common divine source reaching out to a common, divine destiny.

What is CaoDai?
CaoDai is a novel faith originating in Vietnam, which recognizes God as Source of the Universe and all souls, origin of all religions, manifesting differently in different epochs and being called by myriad Names. **It is a universal faith, which considers all religions as one same truth expressed under diverse manifestations.** It teaches human beings, who all have sprung from the same Divine Source, to live in harmony, love, justice and peace; to enjoy universal sisterhood and brotherhood; and to cultivate themselves to seek and be reunited with God in their heart. CaoDai propounds that God has come and expressed Himself in a new Way or the CaoDai faith, in 1926 in Vietnam. "CaoDai" literally means high palace or Supreme Palace or Abode on High where God reigns. Figuratively, CaoDai is used as God's

7

symbolic name, and as the path being taught. The philosophy of CaoDai is the **oneness between the Supreme Being and the universe including humanity, religions, and all in the universe. The oneness results from the emanation of God into His creations: God exists in all His creations.**

How did CaoDai begin?

In 1926, the Supreme Being founded CaoDai in Vietnam to teach that all religions are indeed of one same origin. The philosophy and moral code of the CaoDai developed from unification of the most influential schools of thought of the day in Vietnam: Buddhism, Taoism, Christianity, and Confucianism. It was in 1920 that the ascetic Ngô Văn Chiêu had a vision of the Supreme Being who informed him that all of the world's religions should return to the One from which they originally sprang and gave this as a message to be delivered to the world. Instructions were given that The Almighty be represented by the symbol of the All-Seeing Eye. Chiêu, despite being the Governor of Phu Quoc, a beautiful island in the Gulf of Siam, was instrumental in the spread of the message of CaoDai in Vietnam. On Christmas Eve 1925, Cao Dai identified Himself to a group of mediums in Saigon, which included Cao Quỳnh Cư, Phạm Công Tắc and Cao Hoài Sang. This group played an essential role in the formation of the structural faith, the headquarters and Holy See of which are located in Tay Ninh Province, Vietnam. CaoDai is essentially and at its heart an esoteric religion, being based on direct revelation from God. At the central core of CaoDai, exists a group of mediums and spiritualists who continue communication with the Divine.

For fifty years CaoDai faith grew in scope, breadth and influence, but in 1975 the powerful presence of CaoDai was usurped in Vietnam by a communist based government; at the same time, however, the way was opened for awareness of CaoDai to be spread by the multitude of people escaping Southeast Asia during this tumultuous period.

Now as the millennium dawns, a new impetus is created and CaoDai messages are given to new people in new places, such as in the United States.

CaoDai Essence

CaoDai is the youngest faith, founded by the Supreme Being via spiritism, a way of communication between God and humans.

CaoDai believes in the oneness between God and the universe with its components including humans and religions. Everything from materials, plants, animals, to humans has a spark of God's sacred light, or life energy. This belief is reflected by the teaching of the Supreme Being: "Thầy là các con, các con là Thầy" which means "I, your Master, am you, and you, My children, are Me."

All religions were founded by God, at different areas, under different forms, according to the human local traditions, but based on the same principle True Love and the Golden Rule. They are just diverse beautiful manifestations of the same truth.

CaoDai uses the Divine Eye to represent God and the symbol of the faith. In human body, the Supreme Being resides at the third eye. During meditation, when one directs the Chi flow through different chakras of the body, the chi flow may open the third eye, the person becomes enlightened and united with the Supreme Being. Matthew 6:22 and Luke 11:34 state the same "The light of the body is the eye: if therefore thine eye be single, thy whole body shall be full of light." (King James Bible) Not trusting the truth in the profane hands, the Supreme Being communicates directly with each individual to guide the person to the unification with God.

Each individual is a Heavenly Union station and may communicate directly with God by tuning self to the same vibration with God in order to receive God's teachings.

The most important principles of CaoDai that humans have to honor, in order to reach unification with God, is the true love, unconditional love and the Golden Rule. To realize these principles, each individual just needs to practice the Three Fold Path, Công Trình, Công Quả, Công Phu (Self-Cultivation, Service to Humanity, Meditation) in order to establish Peace Inside, and Peace among Humanity.

Role of the Mother Goddess in CaoDai:

In the Tao Te Ching, Lao Tse states:

The Tao which can be told is not the Universal Tao,
The name which can be named is not the Eternal Name,
The nameless is the fountainhead of the universe;
The named is the Mother of all beings.

In CaoDai, the Goddess is seen as the manifestation and embodiment of the visible world including the entire Universe. In other words, we exist within Her form, and without Her, our own manifestations would not be possible. Is this not the true definition of a Mother? Her domain is that which is visible and manifest: our bodies, our world, and everything visible. Every CaoDai temple complex contains Her temple and She is worshipped as our Creatrix.

In the tradition of CaoDai, we see All as One; truly both Mother and Father are also one, but we are twin-element beings, dual in our very nature, of two eyes and two brains and two genders. Before the formation of the dual world, there was only God the Supreme Being in the cosmic ether as the initial energy, the initial Life Principle. This Principle transforms into Yin and Yang energies. *"The latters transform continuously to form the universe. I then divided My spirit to create ten thousand things, from elements to finally living beings: plants, insects, animals and humans"* (CSCDHM 2015, p. 234). Two aspects are seen in the Universe: The Phenomenal or the manifest, visible, changing, impermanent, and the Principle, invisible, unmanifested, pure, permanent, which is the spirit of God that is present in everything in the universe and in everyone of us. This unadulterated reality is that **The All That Is** is of that elusive Single Element, of One All-Encompassing Eye, of One Mind, and no gender.

How Do CaoDai Disciples Practice? The Triple Fold Path.

A spiritual message has said:

"Out of Love and Mercy, out of respect for life, I have founded the Great Way's Third Revelation to save the earthly human, to help the virtuous attain a world of peace and avoid reincarnation to the earthly world of suffering."

The goal of CaoDaists is to attain Peace in this life and ultimately to be reunified with The All That Is, to return home.

To attain this goal and to fit the varying spiritual needs of human beings, CaoDai offers the triple fold path consisting of công quả (service to humanity), công trình (self-cultivation), and công phu (meditation, return to the inner self).

1. Công quả, service to humanity in the three aspects physical, emotional and spiritual.

a. to complete duties toward self, family, society, country, living beings, and nature.

b. to practice good and avoid evil.

c. to show kindness to nature, plants, animals, human beings, and to avoid unnecessary destruction of any creature, recognizing that they all have the Supreme Being's spirit and are part of nature's cycle.

2- Công trình, self-cultivation

a. to develop the principles of love and justice, observe the five Precepts: do not kill, do not steal, do not commit adultery, do not get drunk, do not sin by word.

b. to practice vegetarianism at least ten days per month. This is a way to purify one's body and spirit and to promote love by avoiding killing living beings.

c. to participate in ritual acts of devotion and worship to the Supreme Being. There are four daily ceremonies, at 6:00 a.m., noon, 6:00 p.m., and midnight. At least one ceremony per day at home is performed.

3. Công phu consists of prayers and/or esoteric practice. Since the book includes the secular and devotional prayers, we will mention here the esoteric practice, which constitutes an important aspect of our cultivation. While a disciple performs his duties toward humanity and is practicing vegetarianism for at least ten days per month, he may be guided in the practice of esoterism with meditation as a major exercise. The goal is to progressively eradicate the inferior self

and develop the divine element within the self, reaching toward oneness with the Supreme Being. Each person's spirit is a part of the Supreme Being's spirit, however because of busy daily secular lives, most fail to pay attention to, recognize the presence of, or work to develop the spiritual body.

When drives are physical/sexual, a human fetus (phàm thai) is created; when drives are focused toward the spiritual, a holy (spiritual) "fetus" (thánh thai), is eventually formed which will be able to grow into the Buddhic or spiritually enlightened state.

The following describes a commonly used approach, which initiates the process of transferring Tinh, visible vital matter, into Khí, semivisible vital energy, and finally into Thần, invisible spiritual energy; thus begins the path from the mundane to the sublime.

Initially, it is recommended to meditate upon the breath for an average of twenty minutes to half an hour daily:

1. Sit with spine and head straight, eyes half open, not focussed on anything, jaw relaxed, mouth closed, with the tip of the tongue lightly touching the roof of the mouth behind the front teeth.

2. Inhale gently, directing with our mind the breath past the fire center at the heart, where it is imbued with the fire principle, to the sacral plexus.

3. While gently holding the breath for two to five seconds, transfer the energy of the breath into the extremely Yin center at the base of the spine.

4. Exhaling, direct the energy flow up through the spine into the extremely Yang center at the top of the head. Along the way the energy flow is imbued with the water principle, and the "steam" from interaction with the fire principle helps the third eye begin to open.

The key to success is absolute sincerity, and becoming one with the breath/energy flow. The esoterist should be sincere in their goal, which is to come back to the true Self in their heart to be unified with the Supreme Being.

With the Triple Fold Path, the disciple joins the practice of Exoterism to that of Esoterism and realizes "Phước Huệ Song Tu" or Blessing Credit and Wisdom concurrent cultivation.

If All Religions Are Truly One, Why Do Some Aspects of CaoDai Seem Unfamiliar? What Would Be The Solution For Humanity?

CaoDai has developed a unique worldview and way of practice but the underlying beliefs and practices are linked to the many schools of thought already existent when they were incorporated in CaoDai. As a Westerner one should realize it is not necessary to have faith in any particular concept to be CaoDai other than the understanding that **there is one Supreme Being though we worship that Power by different means and under various names, and that we all come from that Power**. This may bring people to misunderstanding, that there must be some "conversion" process in order to

15

be CaoDai. Since all religions are already "One" in a sense, there is no need to discard an existing belief, since that belief is also CaoDai, albeit CaoDai under a different name. Early spiritual revelations made to the pioneers of CaoDai indicated that there is no True CaoDai until there is nothing left to call CaoDai under a separate term, meaning at that point **all religions will coexist with the understanding that they are not truly separate religions at all since they all worship Supreme Being the One and Only.** Even from the very beginning of CaoDai, Buddhists have worshipped alongside Christians and Taoists and so on. They have followed the CaoDai ideal and resisted the viewing of one another as separate faiths. But it sometimes seems a difficult concept to understand, so accustomed as most people are to an ingrained worldview of "us" and "them." It requires patience to work through this difficulty as we let a higher understanding grow.

In order to foster this higher understanding, the CaoDai community would wish to encourage understanding between those of different faiths by having them learn more about each other. **We believe that the more one studies different religions, the more one understands that they are in nature, and at their deepest level, one.** CaoDai embraces the three main ways, the way of Buddhas, the way of Immortals, and the way of Saints that constitute the spiritual curriculum for humans to follow in order to reach the ultimate unification with the Supreme Being. In the daily prayer, CaoDaists recite the prayers dedicated to the Supreme Being, to the way of Buddhas, the way of Immortals and the way of Saints. Such an undertaking would show that all people have the divine in their hearts and are essentially the same in their nature, so deserve equal dignity and respect, and have the same potential to be united with the Supreme Being. Therefore, interfaith dialogue instituted by the leaders of the different religions, would lead to peaceful relations between all different faiths, without anyone having to relinquish his/her own faith. This interfaith dialogue could also be accomplished through a number of interfaith charitable projects that benefit entire communities. All it takes is one person to start contacting the local religious leaders and begin the process. Peace and understanding can begin one person at a time, one contact at a time, and can eventually change the whole world.

Origin of CaoDai prayers.

CaoDai prayers were granted by Superior Spirits. The daily prayers were received via spiritism by the Chinese Minh groups, who later immigrated to Vietnam as refugees. The Minh Lý group (Way of Enligtened Reason) was ordered to keep the prayers at the Tam Tông Miếu (Temple of the Three Philosophies) in Saigon to be offered to the CaoDai faith in the near future. Indeed, the very first CaoDai disciples were ordered by the Supreme Being to come to the Tam Tông Miếu to receive the daily prayers and the repentance prayers. Until 1935, new prayers were granted via spiritism, including prayers for funerals, weddings and other secular prayers. Besides the daily prayers, the true Di Lặc prayer, the prayer for the relief of sufferings, the repentance prayer are to be recited on the new moon and full moon days. Prayers for the funerals, weddings, holy shower are for special occasions. Secular prayers are for secular occasions. Prayers should be recited with all sincerity. Reciting prayers with sincerity is to concentrate body, mind and spirit to every word of the prayer, and may be considered as a form of mindful meditation.

How Can I Learn More?
   Dr. Hum D. Bui, MD., can be reached at 1608 Smiley Heights Dr., Redlands, CA 92373, and at hongbui24568@gmail.com, phone number: (909) 534-0145
   NgaSharaNguyet Beck, a volunteer helping to bring CaoDai texts out in English, can be reached at NgaSharaNguyet@aol.com
   Contact **the CaoDai Center**
   at 808 W Vermont Ave., Anaheim CA 92805.
   Phone: **David Che, DDS.** (714) 319-4956

   CaoDai teachings are available in following English publications:
   1- An Outline of CaoDaism, Publisher Chân Tâm, 1994, Hum D. Bui, MD and Hong D. Bui, MD

2- CaoDai, Faith of Unity, Emerald Wave 2000, Hum D. Bui, MD with Ngasha Beck

3- CaoDai, Faith of Unity, Parent and Child Book, Author House 2014, Hum D. Bui, MD and Hong D. Bui, MD

4- Collection of Selected CaoDai Holy Messages, CreateSpace 2015, translated by Hum D. Bui, MD and Hong D. Bui, MD

5- Pháp Chánh Truyền, The Religious Constitution of CaoDaism, Chân Tâm Publisher, 1992, translated by Hum D. Bui, MD

6- Tân Luật, The New Religious Codes, Chân Tâm Publisher, 1992, translated by Hum D. Bui, MD

7- The Teachings of The Great Way by the Tiếp Pháp Trương Văn Tràng, Published by the Representative Organization of the CaoDai Overseas, 2015, translated by Hum D. Bui, MD and Hong D. Bui, MD

INSTRUCTION

INSTALLATION OF THE GOD ALTAR

Choose the best, clean and pure place of the house for the altar. The altar is arranged according to the following schema:

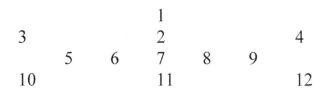

1- The Divine Eye
2- Thái Cực lamp (Eternal light)
3- Fruits
4- Flowers
5- Tea
6- 7- 8- Wine
9- Water
10- 12- Yin and Yang candles respectively
11- Incense vase

Fruits, tea, and Yin candle are on the Yin side.
Flowers, pure water, and Yang candle are on the Yang side.

Flowers represent TINH, physical energy.

Wine represents KHÍ (Chi), vital energy.

Tea represents THẦN, spiritual energy.

TINH, KHÍ, THẦN are the three treasures of humans and superior spirits

For ceremonies at noon and midnight, wine is offered.

For ceremonies at 6 a.m. and 6 p.m., tea is offered.

For big ceremonies on new moon and full moon days, all three, flowers, wine, and tea are offered.

There should be five incense sticks in the incense vase.

The three sticks (closer to the Divine Eye) represent the three essential ranks of the universe, God, Earth and Humans.

The five sticks together represent the five levels of cultivation: observances and purification, meditation, enlightenment, wisdom, and liberation or unification with God.

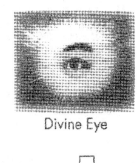

Divine Eye

Fruits

Light
(representing universal Monad)

Flowers

Cup of tea

Three glasses of wine

Cup of water

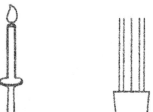

Candle

Incense burner

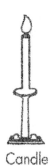

Candle

INSTALLATION OF THE HỘ-PHÁP ALTAR
(only in a temple)

The Hộ Pháp altar is installed at the front end of the temple, opposite to the God altar. The Hộ Pháp altar is installed according to the following schema:

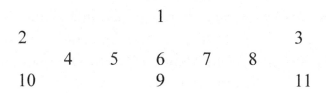

1- The character KHÍ (chi)
2- Fruits
3- Flowers
4- Tea
5, 6, 7- Wine
8- Water
9- Incense vase
10, 11- Yin and Yang candles

HOW TO PERFORM RITUALS IN FRONT OF THE GOD ALTAR?
Hands joining into Tý mudra.
The left hand represents Yang energy or heaven with its thumb pointing at the base of the 4th finger (corresponding to the year of the mouse) and other fingers wrapping around the thumb. This symbolizes that heaven is created in the year of the mouse.

The right hand represents Yin energy, supports and wraps the left hand with its thumb pointing at the base of the left index of the left hand (corresponding to the year of the tiger). This symbolizes that human beings are created in the year of the tiger.

Two hands joining represent interaction between Yin and Yang energies for the creation of heaven, universe, and human beings.

- Followers with hands joined in Tý mudra stand on the sides facing the center, females on the Yin side (right side looking out from the altar), males on the Yang (left) side, bow one time with hands joined moving from the forehead (representing respect to God) toward the knees (representing respect to earth) and then resting in front of the chest (representing respect to humans) at the end of each bowing.
- Followers stand in the middle facing the altar bow three times to the altar.
- Followers kneel on the floor, make spoken commitment to CaoDai, His teachings (Dharma), and to Humanity by putting their hands in the middle, then on the left side, then on the right side of the forehead in praying Nam Mô Phật, Nam M Pháp, Nam Mô Tăng respectively.
- Next, the followers make soft spoken greetings to:
  - 1- CaoDai
  - 2- Kwan Yin Boddhisattva (representative of the way of Buddhas)

- o 3- Li-Po, representative of the way of Immortals, and Giáo Tông of CaoDai faith.
- o 4- Kwan Kung, representative of the way of Saints.
- o 5- All other superior spirits.

Praying: Followers put their hands on the forehead and pray to CaoDai.

Prostration: Followers puts their hands spread on the floor with right thumb crossing over left thumb, their head nodding 4 times for God, or 3 times for the Mother Goddess and other superior spirits.

Followers then stand up, bow three times to the God altar, then turn around to the Hộ Pháp altar to bow one time, and finally step out to their side.

HOW TO PERFORM DAILY CEREMONY?

Followers perform the same rituals in front of the altar from the time when they stand on the sides, then in the middle until the greetings to CaoDai and other superior spirits.

After the greetings, they start to chant the prayers in the following order:

1- Incense offering
2- Prelude
3- Prayer dedicated to the Supreme Being
4- Prayer dedicated to the way of Buddhas
5- Prayer dedicated to the way of Immortals

6- Prayer dedicated to the way of Saints
7- Holy flowers offering (together with wine and tea offerings for big ceremonies)
8- Holy wine offering (for 12 am and 12 pm daily ceremonies)
9- Holy tea offering (for 6 am and 6 pm daily ceremonies)
10-   The five vows.

All three treasures (flowers, wine, and tea) offerings are performed only in big ceremonies.

BIG CEREMONY.

On anniversaries of Superior Spirits, or on the first and the 15th days of the lunar months (new moon and full moon days), big ceremonies are performed. Before ceremonies is the bell announcing the preparation of offerings with chanting:

In listening to the bell and turning to the greatest wisdom of the universe,
All beings shall reach Nirvana.
O! How good!
(Văn chung khấu hướng huệ trưởng càn khôn.
Pháp giái chúng sanh đồng đăng bỉ ngạn.
Án Dà Ra Đế Dạ Ta Bà Ha.)

Next is the bell announcing the ceremony:

All world of confusion shall hear the bell,
All living beings shall reach enlightenment.
O! How good!
(Nhất vi u ám tất giai văn
Nhất thiết chúng sanh thành chánh giác
Án Dà Ra Đế Dạ Ta Bà Ha.)

Then, the Thunder Drum and the White Jade Bell are stricken in 12 rounds, each round has 12 strikes.

Chant for the Thunder Drum:

The holy drum sounds through the cosmic ether.

Wakening all universe

With propagation of the great divine.

As divine bright light shines to the Diamond Palace.

(Lôi âm thánh cổ triệt hư không.

Truyền tấu Càn Khôn thế giới thông.

Đạo pháp đương kim dương chánh giáo.

Linh quang chiếu diệu Ngọc Kinh cung.)

Chant for the White Jade Bell:

Holy and miraculous bell sounds through Hell

To liberate all souls

CaoDai, the great way, brings light to the dark dimension

To guide evil souls to repent and get out of the darkness.

(Thần chung thính hướng phóng phong đô.

Địa tạng khai môn phóng xá cô.

Tam kỳ vận chuyển Kim quang hiện.

Sám hối âm hồn xuất u đồ.)

Chant for prayers:

1- Incense offering

2- Prelude, opening prayer

3- Prayer dedicated to the Supreme Being

4- Prayer dedicated to the way of Buddhas

5- Prayer dedicated to the way of Immortals
6- Prayer dedicated to the way of Saints
7- Holy flower offering
8- Holy wine offering
9- Holy tea offering
10-   The five vows
At the end of the ceremony is the bell announcing the end with the chanting:

Praying ceremony well accomplished! All disciples return to their initial position with great long lasting blessings.

As credits from the ceremony, blessings are also granted to all humanity.

O! How good!

(Đàn tràng viên mãn chức sắc qui nguyên vĩnh mộc từ ân phong điều võ thuận.

Thiên phong hải chúng quốc thới dân an hồi hướng đàn đường tận thâu pháp giái.

Án Dà Ra Đế Dạ Ta Bà Ha.)

KINH THIÊN ĐẠO
DAILY PRAYERS
TO SUPERIOR SPIRITS

NIỆM HƯƠNG

Đạo gốc bởi lòng thành tín hiệp,
Lòng nương nhang khói tiếp truyền ra,
Mùi hương lư ngọc bay xa,
Kỉnh thành cầu nguyện Tiên gia chứng lòng.
Xin Thần, Thánh ruổi dong cõi hạc,
Xuống phàm trần vội gác xe tiên.
Ngày nay đệ tử khẩn nguyền,
Chín tầng Trời, Đất thông truyền chứng tri.
Lòng sở vọng gắng ghi đảo cáo,
Nhờ Ơn Trên bổ báo phước lành.

Niệm: "Nam Mô Cao Đài Tiên Ông Đại Bồ Tát Ma Ha Tát" (12 lạy)

INCENSE OFFERING

The basis of the Tao is SINCERITY and FAITH.
As the scented cinder smolders into flame,
And the winding wisp ascends into the sky
The wafting scent of heaven stirs my mind.
To the Superior Spirits, I respectfully pray:
May this gesture sway Their Eminence to stay
If but a moment, should they deign to pass this way.
And at this time, as a disciple, I entreat
The Sky above and Earth beneath my feet.
May my heart immersed in hope be recognized
As that pure space of spirit highly prized.
May blessings rain on us a shower of love
As they make their calm descent from Up Above.

Prostration three times, nodding four times per each prostration, and praying "Nam Mô Cao Đài Tiên Ông Đại Bồ Tát Ma Ha Tát" with each nodding.

KHAI KINH

Biển trần khổ vơi vơi Trời nước,
Ánh Thái Dương giọi trước phương đông
Tổ Sư Thái Thượng Đức Ông.
Ra tay dẫn độ, dày công giúp đời.
Trong Tam Giáo có lời khuyến dạy
Gốc bởi lòng làm phải làm lành.
Trung Dung Khổng Thánh chỉ rành,
Từ Bi Phật dặn: Lòng thành lòng nhơn.
Phép Tiên Đạo: Tu chơn dưỡng tánh
Một cội sanh ba nhánh in nhau
Làm người rõ thấu lý sâu
Sửa lòng trong sạch tụng cầu Thánh Kinh.

PRELUDE (OPENING PRAYER)

An ocean of suffering floods the horizon
Whence beams yet the sun
But thankfully, Lao Tse guides us
in service to humanity,
As the three great religions have also taught
Mainly to be benevolent of both character and
deed.
From Confucius we've learned the middle way
From The Buddha we've learned compassion;
The Way of Immortals urges us toward spirituality.
From one root spring three counterpart stems.
Once it is well-comprehended,
We shall purify self and pray:

KINH NGỌC HOÀNG THƯỢNG ĐẾ

Đại La Thiên Đế
Thái Cực Thánh Hoàng
Hóa dục quần sanh
Thống ngự vạn vật.
Diệu diệu: "Huỳnh Kim Khuyết"
Nguy nguy: "Bạch Ngọc Kinh"
Nhược thiệt nhược hư,
Bất ngôn nhi mặc tuyên đại hóa.
Thị không, thị sắc,
Vô vi nhi dịch sử quần linh
Thời thừa lục long.
Du hành bất tức.
Khí phân tứ tượng,
Hoát truyền vô biên.
Càn kiện cao minh.
Vạn loại thiện ác tất kiến,
Huyền phạm quảng đại.
Nhứt toán họa phước lập phân.
Thượng chưởng tam thập lục Thiên.
Tam thiên thế giái.
Hạ ốc thất thập nhị Địa,
Tứ đại Bộ Châu.

PRAYER DEDICATED TO THE SUPREME BEING

Divine Emperor of the Great Net;
Glorious Supreme Being;
Creator of all beings;
Ruler of the Infinite;
Of Transcendent Golden Abode,
In the Magnificent White Pearl Palace;
At once manifest and unmanifest;
Giver of unspoken revelation;
Omniexistent;
Power of all Spirit;
Rider of the six dragons in infinite journey;
Having dispersed the cosmic ether to the four winds
in unlimited expanse, eternally;
The Throne of God is dominant
Above all things, of every disposition,
And all are rendered justice supreme
By the Great Scale Unfathomable;
Reigning over 36 heavens and 3,000 worlds above,
and 72 earths and 4 great dimensions below;

Tiên Thiên Hậu Thiên
Tịnh dục Đại Từ Phụ.
Kim ngưỡng, cổ ngưỡng.
Phổ Tế Tổng Pháp Tông.
Nãi Nhựt, Nguyệt, Tinh, Thần chi quân.
Vi Thánh, Thần, Tiên, Phật chi chủ
Trạm tịch chơn Đạo
Khôi mịch tôn nghiêm
Biến hóa vô cùng,
Lũ truyền Bửu Kinh dĩ giác thế,
Linh oai mạc trắc,
Thường thi thần giáo dĩ lợi sanh.
Hồng oai, Hồng từ,
Vô cực, vô thượng,
Đại Thánh, Đại Nguyện, Đại Tạo, Đại Bi.
Huyền Khung Cao Thượng Đế.
Ngọc Hoàng tích phước hựu tội.
Đại Thiên Tôn.

Niệm: "Nam Mô Cao Đài Tiên Ông Đại Bồ Tát Ma Ha Tát" (12 lạy)

The Great Benefactor has reigned
before time and beyond time,
Worshipped in every time by all.
Now gathering all Creation into one family,
Is the Universe's Supreme Monarch,
The Master Above all Enlightened Beings.
As the Ultimate Tao is revealed in hushed wonder,
The Universe shall stand
transfixed and transformed to its reaches,
By igniting the spark which illumines all Mind,
The Almighty aids his creations forward.
Oh, how majestic, beneficent, supreme and holy is
God;
A Creative Power so immense and sublime,
The Supreme Ruler, Celestial Jade Master;
So just in blessing, so fair in mete.

Prostration three times, nodding four times per each prostration, and praying "Nam Mô Cao Đài Tiên Ông Đại Bồ Tát Ma Ha Tát" with each nodding.

THÍCH GIÁO

Hỗn độn Tôn Sư,
Càn Khôn Chủ Tể.
Qui thế giái ư nhứt khí chi trung.
Ốc trần huờn ư song thủ chi nội,
Huệ đăng bất diệt,
Chiếu Tam thập lục thiên, chi quang minh,
Đạo pháp trường lưu,
Khai cửu thập nhị Tào chi mê muội
Đạo cao vô cực,
Giáo xiển hư linh.
Thổ khí thành hồng.
Nhi nhứt trụ xang thiên.
Hóa kiếm thành xích.
Nhi tam phân thác địa,
Công tham Thái cực.
Phá nhứt khiếu chi huyền quang.
Tánh hiệp vô vi
Thống tam tài chi bí chỉ.
Đa thi huệ trạch.
Vô lượng độ nhơn
Đại Bi Đại Nguyện,
Đại Thánh Đại Từ,

PRAYER DEDICATED TO BUDDHISM

Over primordial chaos reigned the Supreme Being;
A single breath the world's common source,
All within the Almighty's grasp.
The inextinguishable flame of intelligence
Illuminating across all 36 heavens.
The Dao flows as an irradiating stream,
Lighting the way for all beings,
Expressing the highest truth,
Of non-action, and non-reaction.
In a single gust of wind (the "KHI" flow)
Emulating an edifice,
As beautiful as a rainbow
Supporting the horizon.
Using the sword of wisdom
As a way to cultivate TINH, KHI, THAN
The KHI flow opening the third Eye (Monad),
And subsequently the chakra Huyen Quan (Crown chakra)
Unites human essence to The Great Nil;
The sky, the earth, humanity,
All from this lofty Source.
We are blessed on our path toward Illumination
Thanks to immeasurable mercy, inestimable vow.
(The great vow of the Buddha was to save ALL humanity, otherwise he will not go to Nirvana)
Lord Buddha's sanctity is unbounded,
His compassion, unconditional.

Tiên Thiên Chánh Đạo,
Nhiên Đăng Cổ Phật
Vô vi Xiển Giáo Thiên Tôn.

Niệm: "Nam Mô Nhiên Đăng Cổ Phật Đại Bồ Tát Ma Ha Tát" (9 lạy)

From the original breath of life springs the Dao;
Nhien Dang Co Phat, (the name of the old time
Buddha which means the everlasting light)
The Great Emptiness the pure Dao,
The Great Nil the true Teaching.

Prostration three times, nodding three times per each prostration, and praying "Nam Mô Nhiên Đăng Cổ Phật Đại Bồ Tát Ma Ha Tát" with each nodding.

TIÊN GIÁO

Tiên thiên khí hóa
Thái Thượng Đạo Quân,
Thánh bất khả tri
Công bất khả nghị
Vô vi cư Thái cực chi tiền.
Hữu thỉ siêu quần chơn chi thượng
Đạo cao nhứt khí
Diệu hóa Tam Thanh
Đức hoán hư linh.
Pháp siêu quần Thánh
Nhị ngoạt thập ngũ
Phân tánh giáng sanh,
Nhứt thân ức vạn.
Diệu huyền thần biến
Tử khí đông lai.
Quảng truyền đạo đức.
Lưu sa tây độ.
Pháp hóa tướng tông,
Sản Tất Viên, Phương Sóc chi bối
Đơn tích duy mang,
Khai Thiên Địa nhơn vật chi tiên,
Đạo kinh hạo kiếp.
Càn khôn hoát vận.
Nhựt nguyệt chi quang.
Đạo pháp bao la.

PRAYER DEDICATED TO TAOISM

From the Primordial Breath
Arose Thai Thuong Dao Quan, (Predecessor to Lao
Tse).
Of inestimable virtue was he,
And so his deeds.
Preceding the Thai Cuc (Monad)
was the Dao of Nil;
Within the Dao of the visible,
a transcendent element.
The Dao rides upon the original breath
In transforming into three WAYS of cultivation.
His virtues brighten the dimension of Nil,
And the Dao reigns over the saints.
On the 15th of the second lunar month,
He brought one incarnation to Earth;
One soul with a million miraculous transformations,
And from the East spread the purple clouds of
saintliness
Which propagated the Tao.
Traveling West serving humanity,
Using supernatural power he created two figures,
Tat Vien and Dong Phuong Soc
Who taught meditation and metaphysics.
The Tao is eternal and primordial,
Predecessing mortal beings,
Earth and sky; It exists through time
As the Universe spins
And the sun and moon shine.
The Dao encompasses everything

Cửu hoàng tỉ tổ.
Đại Thiên Thế giái.
Dương tụng từ ân.
Vĩnh kiếp quần sanh,
Ngưỡng kỳ huệ đức,
Đại Thần, Đại Thánh
Chí cực chí tôn
Tiên Thiên chánh nhứt
Thái Thượng Đạo Quân
Chưởng Giáo Thiên Tôn.

Niệm: "Nam Mô Thái Thượng Đạo Tổ Tam Thánh
Ứng Hóa Thiên Tôn" (9 lạy)

In this immense universe;
May all give benediction,
As we all have gained from the Dao.
Oh, Magnanamous One of great virtue,
Honorable as you are,
Oh, pre-existent one,
Thái Thượng Đạo Quân
Sublimely holding the Dao.

Prostration three times, nodding three times per each prostration, and praying "Nam Mô Thái Thượng Đạo Tổ Tam Thanh Ứng Hoá Thiên Tôn" with each nodding.

NHO GIÁO

Quế hương nội điện
Văn Thỉ thượng cung
Cửu thập ngũ hồi
Chưởng thiện quả ư thi thơ chi phố.
Bá thiên vạn hóa.
Bồi quế thọ ư âm chất chi điền.
Tự lôi trữ bính linh ư phụng lãnh.
Chí như ý từ, tường ư ngạo trụ.
Khai nhơn tâm tất bổn ư đốc thân chi hiếu.
Thọ quốc mạch tất tiên ư trí chúa chi trung,
Ứng mộng bảo sanh, Thùy từ mẫn khổ
Đại Nhơn, Đại Hiếu, Đại Thánh, Đại Từ.
Thần văn, Thánh võ, Hiếu đức trung nhơn.
Vương Tân sách phụ,
Nho Tông khai hóa.
Văn Tuyên Tư Lộc,
Hoằng nhơn Đế quân,
Trừng chơn chánh quang,
Bửu Quang từ tế Thiên Tôn

Niệm:"Nam Mô Khổng Thánh Tiên Sư Hưng Nho Thạnh Thế Thiên Tôn" (9 lạy)

PRAYER IN HONOR OF CONFUCIANISM

In the cinnamon-scented tower
Above the Palace of Văn Thỉ (Confucius)
Ninety-five incarnations
Sowing charmed poetic seeds.
Hundred thousand transformations
Manifested lightning quick,
And miraculous as a mountain of pheasants,
Always persevering
Expressing a mountain of goodwill
The goal to cultivate virtue,
Bringing honor to parents and Country.
Intuiting in dreams the way of service
To one another.
Having compassion for the miserable,
Building humaneness and piety,
Becoming saintly through compassion,
Cultivating mind and honor.
Piety, virtue, faithfulness, compassion;
Even treasures to a king.
These are the attributes of Confucianism.
Confucius engendered prosperity
of the human spirit,
As a lord who lifts his people.
Through purification he gained his insights,
As well as sincerity and equanimity,
And was sainted therefore
with deep wisdom and unbounded humanity.

BÀI DÂNG HOA

Từ bi giá ngự rạng môn thiền,
Đệ tử mừng nay hữu huệ duyên.
Năm sắc hoa tươi xin kỉnh lễ,
Cúi mong Thượng Đế rưới ân Thiên

BÀI DÂNG RƯỢU

Thiên ân huệ chiếu giáng thiền minh,
Thành kỉnh trường xuân chước tửu huỳnh.
Lạc hứng khấu cung giai miễn lễ,
Thoát tai bá tánh ngưỡng ân sinh.

BÀI DÂNG TRÀ

Mai xuân nguyệt cúc vị trà hương,
Kỉnh lễ thành tâm hiến bửu tương.
Ngưỡng vọng Từ Bi gia tế phước,
Khai minh Đại Đạo hộ thanh bường.

FLOWER OFFERING

The light of God shines upon the temple gate.
Bearing blooms of five colors we come to celebrate;
Our brightly petaled homage his ray illuminates
As we pray cekestial blessings bestow our
sanctioned fate.

WINE OFFERING

Blessings illuminate the holy inner shrine;
In honor to God we offer fine wine.
Gladly prostrating ourselves before the divine
We pray for release of the sufferings of humankind.

TEA OFFERING

We come bringing tea to God's altar;
Apricot in spring, chrysanthemum in fall,
Hear our sincere, respectful call
upon merciful God to bless us all
The great way a light to pierce the pall,
May each living being your peace befall.

* The three offerings represent offering of all the three treasures of humans, the physical body, the mind and the spirit for the loving service to living beings realizing LOVE and PEACE both inside ourselves and outside in the universe.

NGŨ NGUYỆN

Nam mô *Nhứt nguyện: Đại Đạo hoằng khai.*
           Nhì nguyện: Phổ độ chúng sanh
           Tam nguyện: Xá tội đệ tử
           Tứ nguyện: Thiên hạ thái bình
           Ngũ nguyện: Thánh Thất an ninh.

Niệm: "Nam Mô Cao Đài Tiên Ông Đại Bồ Tát Ma
Ha Tát" (12 lạy)

THE FIVE VOWS

We pray that the wisdom of the great Tao
Be widely spread on earth.
Shining the way to all creatures of nature's birth.
May all humanity be redeemed,
And our whole world know peace.
And may the places we meet to worship You
Be granted safety's lease.

Prostration three times, nodding four times per each prostration, and praying "Nam Mô Cao Đài Tiên Ông Đại Bồ Tát Ma Ha Tát" with each nodding.

Followers then stand up, bow three times to the God altar, then turn around to the Hộ Pháp altar to bow one time, and finally step out to their side.

HOW TO PERFORM THE CEREMONY WORSHIPPING THE MOTHER GODDESS

- Followers with hands joined stand on the sides facing the center, females on the Yin side, males on the Yang side, bow one time with hands joined moving from the forehead (representing respect to God) toward the knees (representing respect to Earth) and then resting in front of the chest (representing respect to Humans) at the end of each bowing.
- Followers stand in the middle facing the altar bow three times to the altar
- Followers kneel on the floor, make spoken commitment to the Mother Goddess by putting two joined hands on the forehead and bowing one time, then with hands in front of the chest, make commitment to the nine female Immortals, and to the Saints of the White Cloud, by bowing one time after each commitment.
- Then recite the prayers as following order: Incense Offering Prayer, Prelude, Prayer Dedicated to the Mother Goddess, Holy Flowers Offering, Holy Wine Offering, Holy Tea Offering, The Five Vows.

PHẬT MẪU CHƠN KINH

Tạo hóa Thiên Huyền Vi Thiên Hậu,
Chưởng Kim Bàn Phật Mẫu Diêu Trì,
Sanh quang dưỡng dục quần nhi.
Chơn linh phối nhứt thân vi Thánh hình.
Thiên Cung xuất Vạn linh tùng pháp,
Hiệp âm dương hữu hạp chúng sanh,
Càn khôn sản xuất hữu hình,
Bát hồn vận chuyển hóa thành chúng sinh.
Cộng vật loại huyền linh đồ nghiệp,
Lập Tam tài định kiếp hòa căn.
Chuyển luân định phẩm cao thăng.
Hư vô bát quái trị thần qui nguyên.

PRAYER DEDICATED TO THE MOTHER GODDESS

At the Tao Hoa Thien (The Creation and Transformation Heaven) reigns the miraculous Supreme Goddess,

Who holds the Dieu Tri Palace and is called Kim Ban Phat Mau, (Mother Goddess governing the five spiritual levels: Mankind, Angel, Saint, Immortal, and Buddha)

With the fluid of vitality, she raised all her children Creating them by uniting the spirit (coming from the Supreme Being) and the physical body.

From this heaven is created everything (man, animal, plant and material)

By uniting The Yin and the Yang.

The Mother Goddess gave rise to the physical realm,

The eight spiritual levels (material, plant, animal, human being, Angel, Saint, Immortal, Buddha) form the eight levels of beings.

Assembling the spirits of all sentient beings, taking that as her major responsibility, she opened a path in which all spirits assist each other in spiritual progress.

The sky, the earth, and man have their destiny drawn by the Mother Goddess.

Based on the karmic law, the Mother Goddess determines the evolution of all spirits.

Using the Nil to install the eight trigrams, the Mother Goddess brings spirits back to their origin (God).

Diệt tục kiếp trần duyên oan trái.
Chưởng đào tiên thủ giải trường tồn.
Nghiệp hồng vận tử hồi môn,
Chí công định vị vĩnh tồn Thiên Cung.
Chủ Âm quang thường tùng Thiên mạng,
Độ chơn thần nhứt vãng nhứt lai.
Siêu thăng phụng liễn qui khai,
Tiên Cung Phật xứ Cao Đài xướng danh.
Hội nguơn hữu Chí Linh huấn chúng,
Đại Long Hoa nhơn chủng hòa Ki (là cơ)
Tam kỳ khai hiệp Thiên thi,
Khoa môn Tiên vị ngộ kỳ Phật duyên.
Trung khổ hải độ thuyền bát nhã,
Phước từ bi giải quả trừ căn.
Huờn hồn chuyển đọa vi thăng,
Cửu tiên hồi phục Kim Bàn Chưởng Âm.
Thập Thiên Can bao hàm vạn tượng,
Tùng Địa Chi hóa trưởng càn khôn.
Trùng huờn phục vị thiên môn,
Nguơn linh hóa chủng quỉ hồn nhứt thăng
Thập Thiên Can bao hàm vạn tượng,
Tùng Địa Chi hóa trưởng càn khôn.

The Mother Goddess determines spirits' incarnation
based on Karmic law.
She holds Dao Tien (Sacred peach which contains
all the vital fluid) and allows man to try to
understand what eternal life is.
Her great task is to bring spirits back to their
origin.
As the Master of the Am Quang (Darkness energy),
She guides all spirits back to home.
If the spirits are to ascend to heaven, they will use
the Phung Lien chariot to open the gate.
When back to the celestial country, Cao Dai will
call their name.
At this era, the Supreme Being comes to teach all
beings.
At the Long Hoa (Dragon Flower) Convention, a
general salvation will occur for all regardless race
or creed.
The third salvation begins just as predetermined
To lead the chosen to Buddhahood.
The Mother Goddess guided the Bat Nha boat (boat
of salvation) to save humankind out of the Ocean of
sufferings,
To liberate them from their Karmic obligations,
To guide their spirits from hell to heaven.
With the assistance of the nine fairies, The Kim Ban
Mother Goddess governed the Yin energy,
Combining the ten celestial properties and the
twelve zodiacs to form the universe
And to create the path

Trùng huờn phục vị thiên môn,
Nguơn linh hóa chủng quỉ hồn nhứt thăng
Vô siêu đọa quả căn hữu pháp,
Vô khổ hình nhơn kiếp lưu oan
Vô địa ngục, vô quỉ quan,
Chí Tôn đại xá nhứt trường qui nguyên.
Chiếu nhũ lịnh Từ Huyên thọ sắc,
Độ anh nhi nam, bắc, đông, tây.
Kỳ khai tạo nhứt Linh Đài,
Diệt hình tà pháp cường khai Đại Đồng.
Hiệp vạn chủng nhứt môn đồng mạch.
Qui thiên lương quyết sách vận trù
Xuân Thu, Phất Chủ, Bát Du
Hiệp qui Tam Giáo hữu cầu Chí Chơn.
Phục nguyên nhơn huờn tồn Phật tánh.
Giáo hóa hồn hữu hạnh hữu duyên.
Trụ căn quỉ khí cửu tuyền,
Quảng khai thiên thượng tạo quyền chí công.
Lịnh Mẫu Hậu khai Tông định Đạo
Ấn dưỡng sanh đảm bảo hồn hài,
Càn Khôn Tạo Hóa sánh tài,
Nhứt triêu nhứt tịch kỉnh bài mộ khang.

Nam Mô Diêu Trì Kim Mẫu Tạo Hóa Huyền Thiên
Cảm Bái
Nam Mô Đại Từ Đại Bi Năng Hỉ Xả Thiên Hậu Chí
Tôn, Đại Bi Đại Ái

For all spirits, regardless of their level, heavy and dark, Angels, Saints, Immortals, or Buddhas, to return to their original abode (heaven)
Laws regulated, illumination or not,
The Mother Goddess worked in eliminating punishment and hell.
The Supreme Being granted a general amnesty to bring all humanity to the unity with Him.
The gentle Mother Goddess received order to lift old and young from all directions South, North, East, and West.
Establishing the amnesty, abolishing the evils,
to teach and guide humanity to the universal life.
Unifying the world into one family.
Establishing strategies to bring humanity back to the good.
Bringing Confucianism, Taoism, and Buddhism to the primordial unified truth.
Guiding people back to their buddhahood,
Educating people toward felicity.
Sequestring demons,
Opening the gate to heaven, realizing justice for all.
The Mother, under order from the Supreme Being, came and saved all,
Creating and upbringing.
What an immense work!
We come adoring the Mother morning and night.

Nam Mô Diêu Trì Kim Mẫu Tạo Hóa Huyền Thiên Cảm Bái. Nam Mô Đại Từ Đại Bi Năng Hỉ Xả Thiên Hậu Chí Tôn, Đại Bi Đại Ái

KINH GIẢI OAN

Vòng xây chuyển vong hồn tấn hóa,
Nương xác thân hiệp ngã Càn Khôn.
Bước đường sanh tử đã chồn,
Oan oan nghiệt nghiệt dập dồn trái căn.
Luật nhân quả để răn Thánh đức,
Cửa luân hồi nhắc bực cao siêu.
Dầu chăng phải mực Thiên điều,
Cũng quyền tự chủ dắt dìu thiên lương,
Dòng khổ hải hễ thường chìm đắm,
Mùi đau thương đã thấm chơn linh.
Dây oan xe chặc buộc mình,
Nhớp nhơ lục dục thất tình nhiễm thân.
Chịu ô trược chơn thần nặng trịu
Mảnh hình hài biếng hiểu lương tâm.
Phong trần quen thú cung âm,
Cảnh thăng ngơ ngẩn lạc lầm phong đô.
Khối trái chủ nhẫn lo vay trả,
Mới gây nên nhân quả nợ đời.

PRAYER FOR THE LIBERATION OF BAD KARMA

Through the cycles of evolution, the spirit progresses,
Using the physical body as a vehicle for the union with the universe.
The steps of life and death are tiring,
With accumulation of karma, and karma, and karma.
The karma law is to discipline the virtuous,
And the reincarnation law is to remind the advanced souls (about karma law).
The implementation of the divine rules
Is a voluntary way to guide the souls according to their conscience.
Being sunk in the ocean of sufferance
The souls are deeply impregnated with sufferings.
The string of bad karma tightens human souls to earth
And spoil them with the six greeds and the seven adverse emotions.
The impurity weights on the souls
And veils the conscience.
Physical bodies get used to material entertainments
Could not be liberated and then get lost in Hell.
Human souls keep being involved in the karma law.
One has to pay back the bad karma to attain liberation.

Rảnh mình đâu đặng thảnh thơi,
Thiên cung lỡ lối chơi vơi cõi trần.
May đặng gặp hồn ân chan rưới,
Giải trái oan sạnh tội tiền khiên.
Đóng địa ngục, mở tầng Thiên,
Khai đường Cực lạc, dẫn miền Tây Phương.
Nhập Thánh thể dò đường cựu vị,
Noi Chơn Truyền khử quỉ trừ ma.
Huệ quang chiếu thấu chánh tà,
Chèo thuyền Bát Nhã Ngân Hà độ sanh.
Cứ noi bóng Chí Linh soi bước,
Gội mê đồ tắm nước Ma Ha
Liên đài may nở thêm hoa,
Lão Đam cũng biết, Thích Già cũng quen.

Nam Mô Cao Đài Tiên Ông Đại Bồ Tát Ma Ha Tát.

Although free of body attachment (after death), one may not be liberated,
And the path to Heaven is not drawn, while the stay on earth is uncertain.
Fortunately, humans are showered with divine blessings
Which wash away bad karma.
Hell is barred and Heaven opened.
The way to Nirvana is ahead.
Toward unity with divinity, one may find the way back to the original position
Following the divine principle to control bad spirits.
The divine light shines clearly through the good and the bad.
Rowing the boat of salvation, one extends help to all living beings.
Following the path traced by the Supreme Being,
The confusion is washed away by Holy water.
In the Nirvana, one more flower has bloomed,
Who will get acquaintance to Lao Tse and the Gautama Buddha.

Nam Mô Cao Đài Tiên Ông Đại Bồ Tát Ma Ha Tát.

KINH TẮM THÁNH

Những vạn vật Âm Dương tạo hóa,
Dầu cỏ cây hoa quả biến sanh.
Con người đứng phẩm tối linh,
Nửa người nửa Phật nơi mình anh nhi.
Đại Từ Phụ từ bi tạo hóa,
Tượng mảnh thân giống cả Càn Khôn.
Vẹn toàn đủ xác đủ hồn,
Xây cơ chuyển thế bảo tồn vạn linh.
Xin gìn giữ Thánh hình trong sạch,
Xin xá ân rửa sạch tiền khiên.
Căn xưa ví dữ cũng hiền,
Dầu ra cửa tội đủ quyền cao siêu.
Công nuôi dưỡng nâng niu khổ nhọc,
Phép thương yêu cũng học nơi Thầy.
Sanh nơi đây, ở nơi đây,
Trăm năm là tuổi đủ đầy mạng căn.
Chốn hồng trần quen lắn gió bụi,
Cảnh phù ba may rủi cũng duyên.

PRAYER FOR HOLY SHOWER.

All beings in universe are created from Yin and Yang energies,
Including vegetables and flowers.
Being the most sacred being among them,
Human being is half Evil and half Buddha.
With love, the great gentle Father God created
Human body based on the image of Himself.
Completely created with the physical body and soul,
Human being shall evolve to conserve life.
Please bless the child to keep his/her body clean,
Please grant him/her amnesty to wash all his/her karma.
No matter if the soul came from evil, it shall become good.
Despite his/her previous crime, he/she shall acquire celestial power.
Thanks to all hard works of parents in his/her raising,
The child shall have opportunity to learn love lessons from the Master God.
Being born here, the child shall live here
For a 100 year life span to reach his/her destiny.
All the hardships of life on earth with ups and downs
Are predetermined by Karma.

Đã gan dốc kiếm diệu huyền,
Sanh sanh là phận, hiền hiền là công.
Đừng thối chí ngã lòng trở gót,
Để cho đời chua xót tình thương,.
Trăm năm thọ khảo vĩnh trường,
Thuận căn thuận mạng đôi đường cao thăng.

Nam Mô Cao Đài Tiên Ông Đại Bồ Tát Ma Ha Tát.

You have to have courage to use the sword of wisdom
In the conservation of life and the service of humanity.
Don't be discouraged and quit
Leaving your family in regret and suffering.
Enjoy your 100 year life
To complete your duty and pay off your karma in order to return to your original sacred haven.

Nam Mô Cao Đài Tiên Ông Đại Bồ Tát Ma Ha Tát.

KINH KHI ĐÃ CHẾT RỒI.

Ba mươi sáu cõi Thiên Tào,
Nhập trong Bát Quái mới vào Ngọc Hư.
Quê xưa trở, cõi đọa từ,
Đoạt cơ thoát tục bấy chừ tuyệt luân.
Dưới chín lớp liên thần đưa rước,
Trên hồng quang phủ phước tiêu diêu.
Linh Tiêu Điện, bảng danh nêu,
Nguyên căn đẹp vẻ mỹ miều cao thăng.
Kinh Bạch Ngọc muôn lằn điển chiếu,
Kêu chơn hồn vịn níu chơn linh,
Năng lai năng khứ khinh khinh,
Mau như điển chiếu nhẹ thành bóng mây.
Cửa Tây Phương khá bay đến chốn,
Diệt trần tình vui hưởng tiêu diêu,
Tiên phong Phật cốt mỹ miều,
Vào kinh Bạch Ngọc lễ triều Chí Linh.

Nam Mô Cao Đài Tiên Ông Đại Bồ Tát Ma Ha Tát.

PRAYER FOR THE DEAD.

Through thirty-six celestial worlds,
The soul penetrates the Octagonal Palace and then
the Jade Palace,
Leaving this suffering earth to return to its origin.
Below is the greeting of Superior Spirits,
Above is the blessing light.
Your name is magnificently posted in the Court of
God.
The Jade Palace is full of bright light,
Being one with the spirit,
The second body is light and fast like flashing light,
Reaches the gate of the West,
Leaves all earthly attachments behind to enjoy
Nirvana,
And enters the Jade Palace to meet the Almighty.

Nam Mô Cao Đài Tiên Ông Đại Bồ Tát Ma Ha Tát.

KINH CẦU SIÊU

Đầu vọng bái Tây Phương Phật Tổ,
A Di Đà Phật độ chúng dân,
Quan Thế Âm lân mẫn ân cần.
Vớt lê thứ khổ trần đọa lạc.
Đại Thánh Địa Tạng Vương Bồ Tát,
Bố từ bi tế bạt vong hồn.
Cứu khổ nàn Thái Ất Thiên Tôn,
Miền âm cảnh ngục môn khai giải.
Ơn Đông Nhạc Đế Quân quảng đại,
Độ kẻ lành chế cải tai ương.
Chốn Dạ đài Thập Điện Từ Vương
Thấy hình khổ lòng thương thảm thiết.
Giảm hình phạt bớt đường ly tiết,
Xá linh quang tiêu diệt tiền khiên,
Đặng nhẹ nhàng thắng đến cung tiên.
Nơi phước địa ở yên tu luyện,
Xin Trời Phật chứng lòng sở nguyện,
Hộ thương sanh u hiển khương ninh.

PRAYER FOR SOUL SAVING.

We pray to the Buddha of the West who guides all beings,
To Kwan Yin who heartily saves poor souls from suffering worlds,
To the Great Bodhisattva Governor of Hell
Who through mercy elevates falling souls,
To Thai At Celestial Governor who frees souls from Hell,
To the generous Dong Nhac De Quan
Who resolves disasters to help people,
And to the Emperor of the Ten Court of Hell
Who opens his heart to alleviate tragic punishments,
And neutralize all karma
So that souls may go straight to Nirvana, the world of blessing
Where they may stay for further cultivation.
May the Almighty accept our sincerity
And free the soul from sufferings.

KINH ĐƯA LINH CỬU

Cầu các đấng Thần Linh trợ lịnh,
Giữ chơn hồn xa lánh xác trần.
Nam Mô Địa Tạng thi ân,
Đưa đường Thiên Cảnh, lánh gần Phong Đô.
Nam Mô Tam Trấn hư vô,
Oai nghiêm độ rỗi Cao đồ qui nguyên.
Nam Mô Tam Giáo diệu huyền,
Tuyệt luân Bát Nhã đưa thuyền độ vong
Nam Mô Bạch Ngọc Công đồng,
Thần, Tiên, Thánh, Phật mở vòng trái oan.
Nam Mô Thượng Đế Ngọc Hoàng,
Mở cơ tận độ nhẹ nhàng chơn linh.
Cửa Cực Lạc thinh thinh rộng mở,
Rước vong hồn lui trở ngôi xưa.
Tòa sen báu vật xin đưa.
Chơn linh an ngự cho vừa quả duyên.

Nam Mô Cao Đài Tiên Ông Đại Bồ Tát Ma Ha Tát.

PRAYER FOR ESCORTING THE COFFIN TO THE GRAVE

We pray to the Superior Spirits
To help guard the soul from attachment to the physical body.
We pray to the Boddhisattva Governor of Hell
To graciously show the way to Nirvana
And prevent the soul from approaching Hell.
We pray to the Three Sect Governors of CaoDai,
To guide the soul of the disciple back to its divine origin.
We pray to the three miraculous faiths
To allow the soul to ride the Saving Boat .
We pray to the Superior Spirits of the Jade Court
To please untie the karmic attachment.
We pray to the Jade Emperor to widely open the gate of Nirvana
For the soul to return to its original position.
Dear soul, may you have a peaceful ride
On the precious Lotus Throne
According to your karma.

Nam Mô Cao Đài Tiên Ông Đại Bồ Tát Ma Ha Tát.

KINH HẠ HUYỆT

Thức giấc mộng huỳnh lương vừa mãn,
Tiếng phồn ba hết thoáng bên tai
Giải thi lánh chốn đọa đày
Chơn linh trong sạch ra ngoài Càn Khôn.

Phép giải oan độ hồn khỏi tội,
Phướn tiêu diêu nắm mối trường sanh,
Ơn nhờ hồng phước Chí Linh,
Lôi Âm tự tại Bồng Dinh hưởng nhàn.

Nhờ Hậu Thổ xương tàn gìn giữ,
Nghĩa Chí Tôn tha thứ tiền khiên,
Đưa tay vịn phép diệu huyền,
Ngọc Hư lập vị cửu tuyền lánh chơn.

Ngó Cực Lạc theo huồn Xá Lợi,
Cửu Trùng Thiên mở lối qui nguyên,
Rõ ràng Phật cốt tiền duyên,
Nước Cam Lồ rửa sạch thuyền độ nhân.

Nam Mô Cao Đài Tiên Ông Đại Bồ Tát Ma Ha Tát.

Thường Cư Nam Hải Quan Âm Như Lai

74

PRAYER FOR INTERNMENT OR CREMATION

This is the end of the illusion on earth,
You will no more hear the secular noise,
Leave this place of expiation
And become pure for the return to heaven.
May the prayers liberate your soul,
The guiding flag lead you to eternity.
Thanks to the blessing from the Almighty,
You are enjoying the bliss and contentment at the
Buddha island and Immortal dimension.
May the earth keep the remain,
May the Almighty forgive all previous karma.
Please hold on the miraculous dharma for the
return to the Jade Palace.
Looking at the Nirvana,
You will follow the path through all nine heavenly
dimensions,
Bearing in yourself the Buddha's spirit,
And the holy water will cleanse you from all secular
dirt.
Nam Mô Cao Đài Tiên Ông Đại Bồ Tát Ma Ha Tát.
Thường Cư Nam Hải Quan Âm Như Lai

VÃNG SANH THẦN CHÚ

Nam Mô A-Di-Đa Bà Dạ, Đa Tha Dà Đa Dạ Đa Điệt Dạ Tha, A-Di Rị-Đô Bà-Tì, A-Di Rị-Đa Tất Đam Bà-Tì, A-Di Rị-Đa Tì-Ca Lan-Đế, A-Di Rị-Đa Tì-Ca Lan-Đa, Dà Di-Nị-Dà-Dà-Na Chỉ-Đa Ca-Lệ Ta-Bà-Ha. (3 lần)

Nam Mô Cao Đài Tiên Ông Đại Bồ Tát Ma Ha Tát.

SOUL SAVING MANTRA

Nam Mô A-Di-Đa Bà Dạ, Đa Tha Dà Đa Dạ Đa Điệt Dạ Tha, A-Di Rị-Đô Bà-Tì, A-Di Rị-Đa Tất Đam Bà-Tì, A-Di Rị-Đa Tì-Ca Lan-Đế, A-Di Rị-Đa Tì-Ca Lan-Đa, Dà Di-Nị-Dà-Dà-Na Chỉ-Đa Ca-Lệ Ta-Bà-Ha. (3 times)

Nam Mô Cao Đài Tiên Ông Đại Bồ Tát Ma Ha Tát.

KINH KHAI CỬU

Đã quá chín từng Trời đến vị,
Thần đặng an, Tinh, Khí cũng an.
Tầng trời gắng bước lên thang,
Trông mây nhìn lại cảnh nhàn buổi xưa.
Cõi thảm khổ đã vừa qua khỏi,
Quên trần ai mong mỏi Động Đào.
Ngó chi khổ hải sóng xao,
Đoạn tình yểm dục đặng vào cõi Thiên.
Giọt lụy của Cửu Tuyền dầu đổ,
Chớ đau lòng thuận nợ trầm luân.
Nắm cây huệ kiếm gươm thần,
Dứt tan sự thế nợ trần từ đây.

Thường Cư Nam Hải Quan Âm Như Lai

REQUIEM OPENING PRAYER

Being through the nine heavenly dimensions,
The Tinh (physical energy), the Khi (vital energy),
and the Thần (spiritual energy) are now all calmed.
The soul then strives to climb up the cloud ladder
To see again its original country of bliss.
Being through the sad and suffering secular life,
The soul now tries to let go all and aspires for
Nirvana.
Do not look back at the ups and downs waves of the
suffering ocean.
In order to enter the heaven, restrain from all
emotions
Including those elicited by the loving tears of your
families.
Hold firmly on the holy sword of wisdom
To severe all secular karma.

Thường Cư Nam Hải Quan Âm Như Lai

KINH ĐỆ NHẤT CỬU

Vườn Ngạn Uyển sanh hoa đã héo,
Khối hình hài đã chịu rã tan.
Bảy dây oan nghiệt hết ràng,
Bợn trần rửa sạch muôn ngàn đau thương.
Kìa thiên cảnh con đường vọi vọi,
Ánh hồng quân đương chói Ngọc Lầu,
Cung Thiềm gắng bước cho mau,
Thoát ba Thần phẩm đứng đầu Tam Thiên.
Khá tỉnh thức tiền duyên nhớ lại,
Đoạn cho rồi oan trái buổi sanh,
Đem mình nương bóng Chí Linh,
Định tâm chí Thánh mới gìn ngôi xưa.
Hồn định tỉnh đã vừa định tỉnh,
Phách anh linh ắt phải anh linh.
Quản bao thập ác lục hình.
Giải thi thoát khổ diệt hình đoạn căn.

Nam Mô Cao Đài Tiên Ông Đại Bồ Tát Ma Ha Tát.

Nhứt Nương Diêu Trì Cung

PRAYER FOR THE FIRST REQUIEM

The life flower of the Ngạn Uyển Garden has wilted
Denoting the decomposition of the physical body.
The seven karmic attachments have ended,
And all earthly sufferings are washed away.
The long road to Nirvana is ahead,
With rose bright light shining the Jade Palace.
You have to hasten the steps,
By transcending the three angel levels, you'll be
ahead in the third heavenly dimension.
Wake up to remember and to drop previous karmic
attachments,
To follow the guide of the Almighty.
Keep your heart as Saints in order to reach your
origin.
Your soul fully wakens up,
Your second body becomes sacred as well,
To separate yourself from all secular attachements.

Nam Mô Cao Đài Tiên Ông Đại Bồ Tát Ma Ha Tát.
The First Female Fairy of the Jasper Pond Palace

KINH ĐỆ NHỊ CỬU

Tây Vương Mẫu vườn Đào ướm chín,
Chén trường sanh có lịnh ngự ban,
Tiệc hồng đã dọn sẵn sàng,
Chơn Thần khá đến hội hàng chư linh.
Đã thấy đủ Thiên đình huyền pháp,
Cổi giác thân lên đạp Ngân Kiều,
Đầu Tinh chiếu thấu Nguyên Tiêu,
Kim Quang kiệu đỡ đến triều Ngọc Hư,
Khí trong trẻo dường như băng tuyết,
Thần im đìm dường nét thiều quang,
Xa chừng thế giái địa hoàn,
Cõi Thiên đẹp thấy nhẹ nhàng cao thăng.

Nam Mô Cao Đài Tiên Ông Đại Bồ Tát Ma Ha Tát.
Nhị Nương Diêu Trì Cung

82

PRAYER FOR THE SECOND REQUIEM

Fruits of the Peach garden of the Mother Goddess
of the West are about ripe,
The Immortality wine is ordered to be granted.
The feast is ready for being served,
The soul may come to join with the other spirits.
After witnessing all miraculous dharma of Heaven,
The soul has to leave the sensory body to reach the
bridge of Heaven.
The North Star is shining
To form a chariot heading to the Jade Court.
The vital Chi is pure like snow,
The spirit is calm like the beautiful spring light,
They all get further and further from the earth,
To ascend to the beautiful Heaven.

Nam Mô Cao Đài Tiên Ông Đại Bồ Tát Ma Ha Tát.
The Second Female Fairy of the Jasper Pond Palace.

KINH ĐỆ TAM CỬU

Cõi Thanh Thiên lên miền Bồng Đảo,
Động Thiên Thai bảy lão đón đường,
Cam Lồ rưới giọt nhành dương,
Thất tình lục dục như dường tiêu tan.
Cung Đẩu Tốt nhặt khoan tiếng nhạc
Đệ lịnh bài cánh hạc đưa linh.
Tiêu thiều lấp tiếng dục tình,
Bờ dương bóng phụng đưa mình nâng thân.
Cung Như Ý Lão Quân tiếp khách,
Hội Thánh Minh giao sách Trường Xuân.
Thanh quang rỡ rỡ đời ngàn,
Chơn hồn khoái lạc lên đàng vọng Thiên.

Nam Mô Cao Đài Tiên Ông Đại Bồ Tát Ma Ha Tát.

Tam Nương Diêu Trì Cung

PRAYER FOR THE THIRD REQUIEM

From the blue sky to the island of heaven,
The seven Immortals greet the soul in the cave,
Showering the soul with Holy water,
To wash off the seven emotions and the six greeds.
Gentle music sounds from far in the Palace of Lao
Tse
Neutralizes all human desires.
The phoenix lifts the soul to the shore of Nirvana
To meet with LaoTse in his At Will Palace
Who offers the soul the book of immortality.
Blue light inundates the sky
Lifting the soul in happiness up to higher dimension.

Nam Mô Cao Đài Tiên Ông Đại Bồ Tát Ma Ha Tát.
The Third Female Fairy of the Jasper Pond Palace.

KINH ĐỆ TỨ CỬU

Sắc huỳnh chiếu rọi vàng đường hạc,
Cõi Huỳnh Thiên nhẹ thoát chơn Tiên,
Năm Rồng đỡ nổi đầu thuyền,
Vào cung Tuyệt Khổ kiến Huyền Thiên Quân.
Trừ quái khí roi thần chớp nhoáng,
Bộ Lôi Công giải tán trược quang.
Cửa lầu Bát Quái chun ngang,
Hỏa Tinh Tam Muội thiêu tàn oan gia.
Đạp Thái Sơn nhảy qua Đẩu Suất,
Định Kim Câu đến chực Thiên Môn,
Chơn Thần đã nhập càn khôn
Thâu quyền độ thế bảo tồn chúng sanh.

Nam Mô Cao Đài Tiên Ông Đại Bồ Tát Ma Ha Tát.

Tứ Nương Diêu Trì Cung

86

PRAYER FOR THE FOURTH REQUIEM

Golden light paves the way to the crane
To lift the soul to the yellow sky.
The five dragons lift the saving boat
To the Suffering Free Palace.
Thunder and Lightning destroy all evil energies
The soul may pass through the Octagonal Palace
For the Tam Muoi Fire to burn out all karma.
From the Golden mountain, the soul hold on the
golden hook of LaoTse
To jump over the palace of LaoTse to reach Heaven.
To obtain the miraculous power to guide and
conserve all living beings.

Nam Mô Cao Đài Tiên Ông Đại Bồ Tát Ma Ha Tát.
The Fourth Female Fairy of the Jasper Pond Palace.

KINH ĐỆ NGŨ CỬU

Ánh hồng chiếu đường mây rỡ rỡ,
Cõi Xích Thiên vội mở ải quan.
Thiên quân diêu động linh phan,
Cả miền Thánh vức nhộn nhàng tiếp nghinh.
Đài Chiếu giám cảnh minh nhẹ bước,
Xem rõ ràng tội phước căn sinh.
Lần vào cung Ngọc diệt hình,
Khai Kinh Vô Tự đặng nhìn quả duyên.
Đắc văn sách thông Thiên định địa,
Phép huyền công trụ nghĩa hóa thân.
Kỳ kim quang, kiến Lão Quân,
Dựa xe Như Ý oai thần tiễn thăng.

Nam Mô Cao Đài Tiên Ông Đại Bồ Tát Ma Ha Tát.

Ngũ Nương Diêu Trì Cung

PRAYER FOR THE FIFTH REQUIEM

The red light shines the way in the cloudy sky
To the red Heaven gate
Where sacred flags are waved
To greet the soul.
In the karma mirror,
The soul sees all previous karma
Then comes to the Jade Palace
To open the wordless prayer book (dharma book)
To reach the wisdom and miraculous energy
To ride the golden light to meet with Lao Tse
Who bids farewell to the soul for the higher
dimension from his At Will chariot.

Nam Mô Cao Đài Tiên Ông Đại Bồ Tát Ma Ha Tát.
The Fifth Female Fairy of the Jasper Pond Palace.

KINH ĐỆ LỤC CỬU

Bạch Y Quan mở đàng rước khách,
Cõi Kim Thiên nhẹ tách Tiên xa.
Vào cung Vạn Pháp xem qua
Cho tường cựu nghiệp mấy tòa thiên nhiên.
Cung Lập Khuyết tìm duyên định ngự,
Lãnh Kim sa đặng dự Như Lai,
Minh Vương Khổng Tước cao bay,
Đem chơn thần đến tận đài Huệ Hương.
Mùi ngào ngọt thơm luôn Thánh Thể,
Trừ tiêu tàn ô uế sinh quang,
Thiên thiều trổi tiếng nhặt khoan,
Đưa linh thẳng đến Niết Bàn mới thôi.

Nam Mô Cao Đài Tiên Ông Đại Bồ Tát Ma Ha Tát.
Đệ Lục Nương Diêu Trì Cung.

PRAYER FOR THE SIXTH REQUIEM

The white angel opens the gate of the golden heaven
To greet the soul.
In entering the dharma palace,
The soul understands all previous karma.
Then hold on the golden crystal
To see the Buddha.
The phoenix is flying high
To bring the soul to the Enlightening Fragrance
Tower (đài Huệ Hương)
Where sweet Fragrance deodorizes all dirty
energies from earthly life.
The celestial music sounds softly
Lifting the soul straight to Nirvana.

Nam Mô Cao Đài Tiên Ông Đại Bồ Tát Ma Ha Tát.
The Sixth Female Fairy of the Jasper Pond Palace.

KINH ĐỆ THẤT CỬU

Nhẹ phới phới dồi dào không khí,
Hạo Nhiên Thiên đã chí môn quan,
Đẹp xinh cảnh vật đòi ngàn,
Hào quang chiếu diệu khai đàng thăng Thiên.
Cung Chưởng Pháp xây quyền tạo hóa,
Kiến Chuẩn Đề thạch xá giải thi,
Dà Lam dẫn nẽo Tây Qui,
Kim chung dẫn lối kịp kỳ kỵ sen.
Động Phổ Hiền Thần Tiên hội hiệp,
Dở Kim Cô đưa tiếp linh quang,
Im lìm kìa cõi Niết Bàn,
Lôi Âm trống thúc lên đàng thượng Thiên.

Nam Mô Cao Đài Tiên Ông Đại Bồ Tát Ma Ha Tát.

Thất Nương Diêu Trì Cung

PRAYER FOR THE SEVENTH REQUIEM

Extremely light, the soul flies in the vital Chi of the
universe
Reaching Hạo Nhiên Heaven (the seventh heaven)
with beautiful sights
And bright light shining the way.
In the Dharma Palace, which holds the divine law,
The soul meets Chuẩn Đề Boddhisattva.
The guiding angel strikes the golden bell
And lead the soul to the transporting lotus
In the palace of Boddhisattva Phổ Hiền,
Immortals use the golden belt
To help the soul flying up
In the quietness of Nirvana
Thundering drum hassles the depart of the soul.

Nam Mô Cao Đài Tiên Ông Đại Bồ Tát Ma Ha Tát.
The Seventh Female Fairy of the Jasper Pond
Palace.

KINH ĐỆ BÁT CỬU

Hơi Tiên tửu nực nồng thơm ngọt,
Phi Tưởng Thiên để gót tới nơi.
Mùi trần khi đã xa khơi,
Say sưa bầu khí bồi hồi chung phong.
Cung Tận Thức thần thông biến hóa,
Phổ Đà Sơn giải quả Từ Hàng.
Cỡi Kim Hầu đến Tịch San,
Đẩu Vân nương phép Niết Bàn đến xem.
Cung Diệt Bửu ngọc rèm đã xủ,
Nghiệp hữu hình tượng đủ vô vi.
Hồ Tiên vội rót tức thì,
Nước Cam Lồ rửa ai bi kiếp người.

Nam Mô Cao Đài Tiên Ông Đại Bồ Tát Ma Ha Tát.

Bát Nương Diêu Trì Cung

PRAYER FOR THE EIGHTH REQUIEM

In reaching the Phi Tưởng Heaven,
The soul smells the fragrant Immortal wine
Far away from the earthly world,
In ecstasy, the soul hears the sound of the bell in the
wind.
At the wisdom palace, the soul learns all miraculous
power,
At the Phổ Đà mountain, Từ Hàng Boddhisattva
helps neutralize karma.
The soul rides the Golden lion to the Mount of
quietness,
And leans on the cloud to come to Nirvana.
At Diet Buu palace, the Jade shade
Shows all his credits from his previous life.
The immortal wine washes away
All sufferings and sorrow of secular life.

Nam Mô Cao Đài Tiên Ông Đại Bồ Tát Ma Ha Tát.
The Eighth Female Fairy of the Jasper Pond Palace.

KINH ĐỆ CỬU CỬU

Vùng thoại khí bát hồn vận chuyển,
Tạo Hóa Thiên sanh biến vô cùng.
Hội Bàn Đào Diêu Trì Cung,
Phục sinh đào hạnh rượu hồng thưởng ban.
Cung Bắc Đẩu xem căn quả số,
Học triều nghi vào ở Linh Tiêu.
Ngọc Hư Cung, sắc lịnh kêu,
Thưởng phong, trừng trị, phân điều đọa thăng.
Nơi Kim Bồn vàn vàn nguơn chất,
Tạo hình hài các bậc nguyên nhân.
Cung Trí Giác, trụ tinh thần,
Huờn Hư mầu nhiệm thoát trần đăng tiên.

Nam Mô Cao Đài Tiên Ông Đại Bồ Tát Ma Ha Tát.
Cửu Nương Diêu Trì Cung - Diêu Trì Kim Mẫu

PRAYER FOR THE NINTH REQUIEM

In the fluid of vitality, the eight kinds of souls move,
The creation and the changes of the Tạo Hóa
Heaven (The Creation and Transformation Heaven)
are boundless.
Immortality peaches and wine are offered at the
feast,
When the soul reaches the Jasper Pond Palace.
At the North Star Palace, the archive of life and
destiny is reviewed.
The soul learns the rituals for being at the God's
Court,
Then is summoned to the Jade Palace of
Nothingness,
Where the award and punishment are to be
determined.
In the Golden vase are stored primordial elements,
For the Mother Goddes to create the bodies of the
primordial humans
At the Palace of Knowledge the mind concentrates,
To leave earthly worlds, ascending to the
immortality and returning to the miraculous
nothingness.

Nam Mô Cao Đài Tiên Ông Đại Bồ Tát Ma Ha Tát.
The Ninth Female Fairy of the Jasper Pond Palace -
The Mother Goddess

KINH TIỂU TƯỜNG

Tịnh niệm phép Nhiên Đăng tưởng tín,
Hư Vô Thiên đến thính Phật điều.
Ngọc Hư đại hội ngự triều,
Thiều quang nhị bá Thiên Kiều để chơn.
Bồ Đề Dạ dẫn hồn thượng tấn,
Cực Lạc Quan đẹp phận Tây Qui.
Vào Lôi Âm, kiến A Di,
Bộ công Di Lặc Tam Kỳ độ sanh.
Ao Thất Bửu gội mình sạch tục.
Ngôi liên đài quả phúc Dà Lam.
Vạn Linh trổi tiếng mầng thầm,
Thiên thơ Phật tạo độ phàm giải căn.

Nam Mô Cao Đài Tiên Ông Đại Bồ Tát Ma Ha Tát.

Diêu Trì Kim Mẫu

PRAYER FOR THE MINOR BEAUTY
REQUIEM
(200 days after the 9th requiem)

Faithfully praying to Dipankara Buddha,
The soul listens to the Dharma of Buddha in the Nothingness,
Where the Supreme Being presides the Court of the Jade Palace.
Now is the 200 days after the 9th requiem, the soul is able to step on the celestial bridge,
Where a Bodhi Angel guides the soul to the gate of Nirvana of the West,
Then to meet with the Buddha Gautama at the Thunder Temple.
The Maitreya Buddha reviews the record of credits of the soul.
In the Seven Treasures Pond, the soul washes off all secular dirt,
And then sits on the Dà Lam Lotus Throne, which is the result of the soul's many life credits.
All spirits are happy for the soul.
As the Dharma of Buddha helps save a soul.

Nam Mô Cao Đài Tiên Ông Đại Bồ Tát Ma Ha Tát.
The Mother Goddess of the Jasper Pond Palace

KINH ĐẠI TƯỜNG

Hỗn Nguơn Thiên dưới quyền Giáo Chủ,
Di Lặc đương thâu thủ phổ duyên.
Tái sanh sửa đổi Chơn truyền,
Khai cơ tận độ cửu tuyền diệt vong.
Hội Long Hoa tuyển phong Phật vị,
Cõi Tây phang đuổi quỉ trừ ma.
Giáng linh Hộ Pháp Di Đà,
Chuyển cây Ma Xử đuổi tà trục tinh.
Thâu các đạo hữu hình làm một,
Trường thi Tiên Phật dượt kiếp khiên.
Tạo đời cải dữ ra hiền,
Bảo sanh nắm giữ diệu huyền Chí Tôn.

Nam Mô Cao Đài Tiên Ông Đại Bồ Tát Ma Ha Tát.

Thích Ca Mâu Ni Văn Phật

100

THE PRAYER FOR THE MAJOR BEAUTY REQUIEM
(300 days after the Minor Beauty Requiem)

At the Chaos Dimension, the Buddha Maitreya is responsible for accepting and teaching blessed souls.
He has re-established religious true teaching to close Hell and save all souls.
He presides the Dragon-Flower Convention to select souls for their Buddha's throne,
And to chase all evils away from the West.
By incarnating as the Protector Buddha,
He uses the Evil Destroy Wand to chase evils away.
He brings all religions to their primordial unity,
And presides the convention to select Buddhas and Immortals by reviewing their credits.
He changes the earth from evil to good,
And holds on the miraculous Dharma of the Supreme Being to preserve life.

Nam Mô Cao Đài Tiên Ông Đại Bồ Tát Ma Ha Tát.
The Buddha Sakya Muni.

DI LẶC CHƠN KINH

Khai Kinh Kệ
Vô thượng thậm thâm vi diệu pháp
Bá thiên vạn kiếp nan tao ngộ
Ngã kim thính văn đắc thọ trì
Nguyện giải Tân Kinh chơn thiệt nghĩa
THÍCH CA MÂU NI VĂN PHẬT thuyết
DI LẶC CHƠN KINH

Thượng Thiên Hỗn Nguơn hữu: Brahma Phật, Civa
Phật, Christna Phật, Thanh Tịnh Trí Phật, Diệu
Minh Lý Phật, Phục Tưởng Thị Phật, Diệt Thể
Thắng Phật, Phục Linh Tánh Phật, nhứt thiết chư
Phật, hữu giác, hữu cảm, hữu sanh, hữu tử, tri khổ
nghiệp chướng luân chuyển hóa sanh, năng du ta bà
thế giái độ tận vạn linh đắc qui Phật vị.

Hội Nguơn Thiên hữu: Trụ Thiện Phật, Đa Ái Sanh
Phật, Giải Thoát Khổ Phật, Diệu Chơn Hành Phật,
Thắng Giái Ác Phật, nhứt thiết chư Phật tùng lịnh
Di Lặc Vương Phật, năng chiếu diệu quang tiêu trừ
nghiệt chướng.
Nhược hữu chúng sanh văn ngã ưng đương thoát
nghiệt, niệm Phật, niệm Pháp, niệm Tăng tùng thị
Pháp điều Tam Kỳ Phổ Độ, tật đắc giải thoát luân

DI LẶC TRUE PRAYER.

Introduction of the Di Lặc true prayer.
The Dharma is extremely profound and miraculous.
It's difficult to obtain this prayer even if one has incarnated for million times. Today, I learn, accept, and preserve this prayer and I will explain this new prayer's true meaning.
The Buddha Sakya Muni teaches the true Di Lặc prayer.

At the Hỗn Nguơn heaven (heaven of the chaotic cosmic ether), there are Brahma Buddha, Civa Buddha, Christna Buddha, Thanh Tinh Tri Buddha, Dieu Minh Ly Buddha, Phuc Tuong Thi Buddha, Diet The Thang Buddha, Phuc Linh Tanh Buddha. They all have conceptions, feelings, birth, death, understanding of sufferings and Karma, reincarnation, frequently traveling in the universe to saveand guide all beings to their original positions.

At the Hội Nguơn heaven (heaven of combination), Trụ Thiện Buddha, Đa Ái Sanh Buddha, Giải Thoát Khổ Buddha, Diệu Chơn Hành Buddha, Thắng Giái Ác Buddha, follow the order of Maitreya Buddha, frequently shining miraculous light to dissolve karmic attachments.
Any being who listens to me and wants to escape from Karma, are willing to commit self to the Buddha, to the Dharma, and to humanity, and to submit self to the law of the third salvation of the

103

hồi, đắc lộ Đa La Tam Diệu Tam Bồ Đề thị chi chứng quả Cực Lạc Niết Bàn.

Nhược nhơn đương sanh, nhược nhơn vị sanh, nhược nhơn hữu kiếp, nhược nhơn vô kiếp, nhược nhơn hữu tội, nhược nhơn vô tội, nhược nhơn hữu niệm, nhược nhơn vô niệm, thính đắc ngã ngôn, phát tâm thiện niệm, tất đắc A Nậu Đa La Tam Diệu Tam Bồ Đề tất đắc giải thoát.

Nhược hữu nhơn thọ trì khủng kinh ma chướng, nhứt tâm thiện niệm: Nam Mô Di Lặc Vương Bồ Tát, năng cứu khổ ách, năng cứu tam tai, năng cứu tật bịnh, năng độ dẫn chúng sanh thoát chư nghiệt chướng tất đắc giải thoát.

Hư Vô Cao Thiên Hữu: Tiếp Dẫn Phật, Phổ Tế Phật, Tây Qui Phật, Tuyển Kinh Phật, Tế Pháp Phật, Chiếu Duyên Phật, Phong Vị Phật, Hội Chơn Phật, như thị đẳng hằng hà sa số chư Phật tùng lịnh Nhiên Đăng Cổ Phật, dẫn độ chơn linh đắc Pháp, đắc Phật, đắc duyên, đắc vị, đắc A Nậu Đa La Tam Diệu Tam Bồ Đề chứng quả nhập Cực Lạc Quốc, hiệp chúng đẳng chư Phật tạo định Thiên Thi tận độ chúng sanh đắc qui Phật vị.

Nhược hữu thiện nam tử, thiện nữ nhơn tu trì thính ngã dục đắc Chơn Truyền niệm thử Nhiên Đăng Cổ Phật thường du ta bà thế giái, giáo hóa Chơn Truyền great way, shall be liberated from reincarnation, reaching Nirvana.

Any being, who whether being born or having not been born, whether having a life or having not reincarnated, whether or not being guilty, whether or not being thoughtful, listens to me and starts growing loving thoughts shall be liberated from reincarnation, reaching Nirvana.

Any being, who are frightened of evil attachment and pray wholeheartedly as following shall be liberated: "Nam Mô Maitreya Boddhisattva, who often saves being from sufferings, from the three kinds of disasters (water, fire, and wind), from diseases, and who often guides all beings to escape from karmic attachment."

At the Hư Vô heaven (heaven of the nothingness), Tiếp Dẫn Buddha, Phổ Tế Buddha, Tây Qui Buddha, Tuyển Kinh Buddha, Tế Pháp Buddha, Chiếu Duyên Buddha, Phong Vị Buddha, Hội Chơn Buddha, and other innumerable Buddhas as well, follow the order of Dipankara Buddha guiding all souls to reach the Dharma, the Buddhahood, their original position, and Nirvana, who, in turn, together with all Buddhas shall establish celestial teachings for saving all beings.

Any good male or female human, who listens to me, wishes to reach the true celestial teaching, and pray as following shall be liberated: Dipankara Buddha, who often travels all over the universe to spread the true teaching, to guide all beings to be liberated phổ tế chúng sanh giải thoát lục dục thất tình, thoát đọa luân hồi tất đắc giải thoát.

Tạo Hóa Huyền Thiên hữu: Quảng Sanh Phật, Dưỡng Dục Phật, Chưởng Hậu Phật, Thủ Luân Phật, dử Cửu vị Nữ Phật, như thị đẳng hằng hà sa số chư Phật, tùng lịnh Kim Bàn Phật Mẫu năng tạo năng hóa vạn linh, năng du ta bà thế giái dưỡng dục quần sanh qui nguyên Phật vị.

Nhược hữu thiện nam tử, thiện nữ nhơn, thính ngã dục tu phát nguyện Nam Mô Kim Bàn Phật Mẫu dưỡng dục quần linh, nhược hữu sanh, nhược vị sanh, nhược hữu kiếp, nhược vô kiếp, nhược hữu tội, nhược vô tội, nhược hữu niệm, nhược vô niệm, huờn hư thi hình đắc A Nậu Đa La Tam Diệu Tam Bồ Đề Xá Lợi Tử qui nguyên Phật vị tất đắc giải thoát.

from the six kinds of desires, and the seven emotions, and from reincarnation.

At the Tạo Hóa heaven (the Heaven of Creation and Transformation), Quảng Sanh Buddha, Dưỡng Dục Buddha, Chưởng Hậu Buddha, Thủ Luân Buddha, and the Nine Female Buddhas, and innumerable other Buddhas as well, follow the order of the Mother Goddess, who creates, nurtures all beings, often travels all over the universe to raise and guide all beings to their original Buddha's positions.

Any good male, and female human, listens to me and wishes to practice the Tao, and prays as following shall be liberated: "Nam Mo Kim Bàn Phật Mẫu (the Mother Goddess), who raises and guides all beings, whether being born, or not having been born, whether having a life, or not having reincarnated, whether or not being guilty, whether or not having good thoughts, to return to the Nothingness, or their original Buddha's positions.

Phi Tưởng Diệu Thiên hữu: Đa Pháp Phật, Tịnh Thiện Giáo Phật, Kiến Thăng Vị Phật, Hiển Hóa Sanh Phật, Trục Tà Tinh Phật, Luyện Đắc Pháp Phật, Hộ Trì Niệm Phật, Khai Huyền Cơ Phật, Hoán Trược Tánh Phật, Đa Phúc Đức Phật, như thị đẳng hằng hà sa số chư Phật, tùng lịnh Từ Hàng Bồ Tát, năng du ta bà thế giái thi pháp hộ trì vạn linh sanh chúng.

Nhược hữu thiện nam tử, thiện nữ nhân tín ngã ưng đương phát nguyện Nam Mô Từ Hàng Bồ Tát, năng cứu tật bịnh, năng cứu tam tai, năng độ tận chúng sanh thoát ư tứ khổ, năng trừ tà ma, năng trừ nghiệt chướng, tất đắc giải thoát.

Hạo Nhiên Pháp Thiên hữu: Diệt Tướng Phật, Đệ Pháp Phật, Diệt Oan Phật, Sát Quái Phật, Định Quả Phật, Thành Tâm Phật, Diệt Khổ Phật, Kiên Trì Phật, Cứu Khổ Phật, Xá Tội Phật, Giải Thể Phật, như thị đẳng hằng hà sa số chư Phật tùng lịnh Chuẩn Đề Bồ Tát, Phổ Hiền Bồ Tát thường du ta bà thế giái độ tận vạn linh.

Nhược hữu thiện nam tử, thiên nữ nhân tín ngã ưng đương phát nguyện Nam Mô Chuẩn Đề Bồ tát, Phổ

At the Phi Tưởng miraculous heaven (Miraculous Thoughtless Heaven), Đa Pháp Buddha, Tịnh Thiện Giáo Buddha, Kiến Thăng Vị Buddha, Hiển Hóa Sanh Buddha, Trục Tà Tinh Buddha, Luyện Đắc Pháp Buddha, Hộ Trì Niệm Buddha, Khai Huyền Cơ Buddha, Hoán Trược Tánh Buddha, Đa Phúc Đức Buddha, and innumerable other Buddhas as well, follow the order of Boddhisattva Từ Hàng, (another life of Buddha Kwan Yin), who often travels all over the universe to educate and protect all beings.

Any good male and female human trusts me and agrees to pray as following shall be liberated: Nam Mô Boddhisattva Từ Hàng, who often saves beings from diseases, from the three disasters (by fire, water, and wind), from four sufferings (birth, getting old, being sick, death), often destroys evils, and neutralizes karma.

At the Hạo Nhiên Pháp heaven, Diệt Tướng Buddha, Đệ Pháp Buddha, Diệt Oan Buddha, Sát Quái Buddha, Định Quả Buddha, Thành Tâm Buddha, Diệt Khổ Buddha, Kiên Trì Buddha, Cứu Khổ Buddha, Xá Tội Buddha, Giải ThểBuddha, and innumerable other Buddhas as well, follow the order of Boddhisattvas Chuẩn Đề and Phổ Hiền, who often travel all over the universe to save all beings.

If any good male and female human trusts me and agrees to pray as following shall be liberated: Nam Mô Boddhisattva Chuẩn Đề, Boddhisattva Phổ

Hiền Bồ Tát, năng trừ ma chướng quỉ tai, năng cứu khổ ách nghiệt chướng, năng độ chúng sanh qui ư Cực Lạc, tất đắc giải thoát.

Hiền, who often destroy evils, neutralize disasters, and guide beings to return to Nirvana.

KINH CỨU KHỔ

Nam Mô Đại Từ Đại Bi Quảng Đại Linh Quan Thế Âm Bồ Tát.

Nam Mô cứu khổ cứu nạn Quan Thế Âm Bồ Tát, bá thiên vạn ức Phật, hằng hà sa số Phật, vô lượng công đức Phật. Phật cáo A Nan ngôn, thử kinh Đại Thánh, năng cứu ngục tù, năng cứu trọng bịnh, năng cứu tam tai bá nạn khổ.

Nhược hữu nhơn tụng đắc nhứt thiên biến, nhứt thân ly khổ nạn, tụng đắc nhứt vạn biến hiệp gia ly khổ nạn.

Nam Mô Phật lực oai, Nam Mô Phật lực hộ, sử nhơn vô ác tâm linh nhơn thân đắc độ, hồi quang Bồ Tát, hồi thiện Bồ Tát, A Nậu Đại Thiên Vương chánh điện Bồ Tát, ma kheo ma kheo thanh tịnh tỳ kheo, quan sự đắc tán tụng sự đắc hưu, chư Đại Bồ Tát, ngũ bá A La Hán, cứu hộ đệ tử cả chúng sanh thoát ly khổ nạn, tự ngôn Quan Thế Âm anh lạc bất tu giải, cần đọc thiên vạn biến tai nạn tự nhiên đắc giải thoát, tín thọ phụng hành tức thuyết chơn ngôn viết: Kim-Bà Kim-Bà-Đế, Cầu-Ha Cầu-Ha-Đế, Đà-La-Ni-Đế, Ni-Ha-La-Đế, Tì-Lê Ni-Đế, Ma-Ha-Dà-Đế, Chơn-Lăng-Càn Đế, Ta-Bà-Ha.

Nam Mô Cao Đài Tiên Ông Đại Bồ Tát Ma Tát.

112

PRAYER FOR THE RELIEF OF SUFFERINGS.

We pray to the great compassionate, and generous Kwan Yin Boddhisattva, to innumerable Buddhas, who render innumerable services to humans. The Buddha instructed his disciple Ananda that this great holy prayer may often save beings from prison, from serious diseases, from three kinds of disaster (by water, fire and wind), and from one hundred kinds of sufferings. If one recites this prayer for one thousand times, one may save one self, for ten thousand times, one may save one's family from sufferings.

We pray to the Buddha's power and protection to change human evil heart so that they would be saved. We pray to Hồi Quang Boddhisattva, to Hồi Thiện Boddhisattva, to A Nậu Đại Thiên Vương Boddhisattva, to bikkhus, to pure bikkhus, for legal and civil problems be resolved.

We pray to the great Boddhisattvas, and to the 500 arahats to save all human beings from all sufferings. The words from Kwan Yin Buddhisattva are crystal clear that one needs to recite this prayer one million times to have all sufferings resolved.

Whoever has faith, accept, and implement my words should recite the true mantra: Kim-Bà Kim-Bà-Đế, Cầu-Ha Cầu-Ha-Đế, Đà-La-Ni-Đế, Ni-Ha-La-Đế, Tì-Lê Ni-Đế, Ma-Ha-Dà-Đế, Chơn-Lăng-Càn Đế, Ta-Bà-Ha.

Nam Mô Cao Đài Tiên Ông Đại Bồ Tát Ma Tát.

113

KINH THẾ ĐẠO

KINH VÀO HỌC

Đại Từ Phụ xin thương khai khiếu
Giúp trẻ thơ học hiểu văn từ
Gần điều nên, lánh lẽ hư
Nương gươm thần huệ đặng trừ nghiệt căn
Dò đường Thánh khó khăn chẳng nại
Tùng khuôn hồng nhỏ dại lớn không
Buộc yêu thương, bạn đồng môn
Nghĩa nhân vẹn giữ xác hồn trăm năm.
Nguyện tam cang gìn tâm trọn đạo
Nguyện ngũ thường hiếu thảo làm khuôn.
Nguyện nên hương hỏa tông đường,
Nguyện thương lê thứ trong trường công danh.
Cầu khẩn đấng Chơn linh nhập thể,
Đủ thông minh học lễ học văn
May duyên gặp hội Long Vân,
Thuyền thơ ngọn gió Cát Đằng xuôi đưa.

Nam Mô Cao Đài Tiên Ông Đại Bồ Tát Ma Ha Tát.

SECULAR PRAYERS

PRAYER BEFORE THE CLASS

Benevolent Father, please open the mind
Of the youngsters to help them to understand
And learn, to search for the good and avoid the bad
Following the sword of wisdom and
Eliminating the cruel karma.
Finding no difficulty in inquiring the saint (holy) way
Following the golden rules, from the young and ignorant to become the old and informed.
Required to love his classmate
Observing love and justice all their life.
Vow to honor the three relationships*,
And the five virtues**.
To keep the piety toward the ancestors,
To love the people while progressing in the way to honor.
Pray that the Superior Spirits to grant us
Enough intelligence to learn literature and courtesy
To reach the Long Vân Assembly (Dragon-Cloud Assembly: examination)
In hope that the wind of Cát Đằng would blow the boat rightly to the destination.

Nam Mô Cao Đài Tiên Ông Đại Bồ Tát Ma Tát.
* Three relationships: King (country) -subject, parent-child, husband-wife.
** Five virtues: benevolence, righteousness, civility, knowledge, loyalty.

KINH NHẬP HỘI

Trên Bạch Ngọc Chí Tôn cao ngự,
Giữa Tây Phương nắm giữ Thiên điều.
Dưới Ngọc Hư, kể bao nhiêu
Thiêng Liêng các Đấng lập triều trị dân.
Một nuôi nắng tinh thần tinh khiết
Hai dạy răn cho biết tội tình
Ba lo trị thế thái bình
Cọng chung pháp luật Thiên Đình chí công.
Các con vốn trong vòng Thánh thể
Phép tu vi là kế tu hành
Mở đường tích cực oai linh
Cậy phương thuyết giáo vẽ thành kinh chơn.
Đại Từ Phụ ra ơn dìu dẫn
Diệt trí phàm: hờn, giận, ghét, ganh
Để tâm dưới ánh Chí linh
Soi tường chơn lý chỉ rành chánh văn.
Cơ chuyển thế khó khăn lắm nỗi
Mượn Thánh ân xây đổi cơ Đời
Thuận nhơn tâm ắt thuận Trời
Câu kinh Vô Tự độ người thiện duyên.
Nguyện Ơn Trên cho yên trí não
Nguyện Phật, Tiên dạy bảo Chơn linh
Mang danh Hội Thánh đã đành
Nâng tay nhục thể xây hình Chí Tôn.

CONVENING PRAYER

There in Your Heavens Resplendent,
Lord of the Endless Sky,
Almighty, cast teachings transcendent
Raining down on us who abide!
Dispatch all Enlightened Spirits,
That they may come to us as our Guides,
Nurturing our minds toward purity
And discerning the virtuous life.
May we know through inspired governance
Peace and true Justice abound.
May spiritual self-discovery
Make our sacred origins found.
Pray, teach us to reach the Ultimate Truth;
Guide us there through Your Grace,
Extinguish emotions cruel, uncouth
Toward the human race.
Within Your Guiding Ray we bask,
As it illuminates our arduous path,
To redeem the world, no easy task,
Yet You transform a living death.
Thy instruction makes right our hearts,
Each thought a wordless prayer,
May we receive blessed teachings
Of Those who reign with You there.
I lift my arm to Your service,
To aid my fellow beings,
May Thou bless sinew, bone and nerve
Given to meet Your children's need.

KINH XUẤT HỘI

Nhờ Chí Tôn dạy khôn lẽ Đạo
Phật, Thánh, Tiên nhỏ máu nhiệt thành
Vạn linh đã hiệp Chí linh
Hội xong cậy sức công bình Thiêng Liêng.
Đã gầy dựng nên quyền giáo hóa
Phòng hiệp vầy tròn cả nguyên nhân
Vẹn toàn phàm thể Thánh thân
Tùng theo Chơn pháp độ lần chúng sinh.
Các con cúi đầu trình Sư Phụ (cúi đầu)
Gìn từ tâm khuyến nhũ tăng đồ
Đạo hư vô, Sư hư vô
Reo chuông thoát tục, phất cờ tuyệt sinh.
Cứ nương dưới máy linh cơ Tạo
Gươm huệ đưa trị xảo trừ tà
Cửa Địa Ngục, chóng lánh xa
Mượn hình Thánh thể cắt nhà cõi Thiên

ADJOURNING PRAYER

We entreat Thee, guide us in the Tao
Through your cortege divine.
We assemble here around,
Your teachings so to find.
> *The body has ascended*
> *Now to spiritual form transcendent.*
> *The two have cycled 'round,*
> *Their perfection to be found.*
Following the path of Truth,
We'll help Your students who abide,
We bow and give our oath
To let compassion be our guide.
> *Your sword a consecration,*
> *By its gift of illumination,*
> *Your power justly given*
> *Will guide our way of living.*
Your instructions You have given,
The Tao is nil, the Teacher nil,
Our refuge in the nil, our Heaven
Our spiritual bodies are to build.
> *We ring the living bell*
> *Beyond our living hell*
> *To a higher form of life*
> *Transcending Earthly strife.*

KINH KHI ĐI NGỦ

Các vật dục xảy ra một buổi
Cả hành vi lầm lỗi khôn ngừa
Sắp mình cúi lạy xin thưa (lạy)
Ơn Trên Từ Phụ cho chừa tội khiên.

Trong giấc mộng nghỉ yên hồn phách
Đấng Thiêng Liêng năng mách bảo dùm
Bồng Lai Cực Lạc chỉ chừng
Đẩy đưa xác tục dựa gần cõi linh.

PRAYER BEFORE SLEEP

All material desires consume me by day,
Leading my mind and my actions astray.
Holy One, I am prostrating here to pray
That your lovingness will cause my mind to stay
Focused and clear on Your Divinity,
Taking no actions toward infidelity.
During my sleep, when my soul is at rest,
Superior Spirits, please guide me to what is best.
Toward my home in your Sacred Nirvana I yearn
So teach me the lesson, which I need to learn.

KINH KHI THỨC DẬY

Vừa mở mắt giựt mình thức dậy
Con mang ơn cúi lạy Từ Bi (lạy)
Tử sanh, sanh tử là chi?
Gẫm trong giấc mộng cũng bì như nhau.
Đây tới sáng xôn xao với thế
Nhẫng đua chen kiếm kế sanh nhai
Cơ thân giữa chốn đọa đày
Đếm ba vạn sáu ngàn ngày khó khăn.
Xin Từ Phụ ra ân cứu độ
Tăng huyền linh giác ngộ chí thành,
Rõ phước đức, biết tội tình
Nắm tâm đắp vững mặt thành Càn Khôn.
Trên nhờ có Chí Tôn che chở
Thần, Thánh, Tiên, Phật hộ thân hèn
Đường tu nối bước cho quen
Xa trần tăm tối cận đèn Thiêng Liêng.

THE PRAYER UPON WAKING UP

Upon waking up, opening my eyes,
I prostrate to thank our Father.
Life and Death? Death and Life? What are they?
They are exactly the same during dream.
Now the day starts: I am back again to the daily activities
Struggling for my life,
To maintain with difficulty my worldly body in this world of sufferance,
Day by day until the end of my life.
Dear kind Father, please help me,
With all my sincerity, to reach the wisdom,
To understand the Karma law, and to serve the Tao.
Thanks to your protection,
And to the help of Genies, Saints, Immortals, and Buddhas,
I will continue my way to follow the Tao,
To get away from this dark world, and closer to the sacred guiding light.

KINH ĐI RA ĐƯỜNG

Thân vận động trong trường thế sự
Đạo nhơn luân cư xử cùng đời
Đời phen lúc biến khi dời
Thân như bèo bọt giữa vời linh đinh.

Dòm thấy cuộc kinh dinh dưới mắt
E trở tâm tánh bắt đổi thay
Con xin nương bóng Cao Đài
Bước ra một bước cảm hoài căn tu.

Gót chơn đưa rủi như sát mạng
Vật hữu linh phàm nhãn khôn soi
Xin tha họa gởi tai rơi
Hồn linh nhờ có ơn Trời chứng minh.

Đại Từ Phụ oai linh bảo hộ
Những chông gai quét ngõ ven đường
Đi an khương, về an khương
Cõi thiên, cảnh tục cũng đường chung nhau.

THE VOYAGER'S PRAYER

For this is but the road of life;
Along its way may we be saved
By faith in teachings we embrace
Though we are as foam tossed on the wave.
I find my trustfulness oft shaken
So I retreat from early tide
But such happenstance is purification
along the soul's journey toward Cao Dai.
I realize from that place of refuge in my soul
and repent for harm I have caused to others;
May the Almighty know of my good faith
and my dedication to serve my brothers.
As I brave the thorns and brambles,
May I set out safe and return sane.
May the Almighty grant me protection as I pass
along Heaven's path and life's road the same.

KINH KHI ĐI VỀ

Cảm tạ ơn trên đầu dìu đỡ
Từ khi đi khi trở lộn về
Đặng xong phận sự mọi bề
Tâm tu lại vững chẳng hề lảng xao.
Những nhớ bước động Đào buổi trước
Những nhớ khi Hớn rước Diêu Trì
Găn-Ta-Ca, đỡ bước đi
Ra thành Phật Tổ gặp kỳ ly cung.
Dẩy xe trâu Côn Lôn trổi bánh
Lý Lão Quân mong lánh phong trần,
Núi Ô-Li-Vê để dấu chân
Gia Tô Giáo Chủ giải phần hữu sanh.
Con nguyện xin khuôn linh giúp sức
Bước ta bà giục thức huệ quang
Lòn thân dưới phép sầu than
Tìm phương cứu khổ mở đàng giải căn.

PRAYER UPON RETURNING HOME

I pray to thank The Transcendent Ones
For guiding me as I have asked,
from my departure to my return
As I accomplish my worldly tasks.
I will follow in the footsteps
Of king "Hón" greeting the Ancient Mother,
As I cultivate a devoted heart.
I go forth as the Lord Buddha did,
Forsaking Earthly kingdom for enlightenment,
For so long as you take my part.
I'll be as Lao-Tse upon buffalo chariot,
In search of the great Tao,
Striving to impart only great truths
In honor of Christ upon the Mount.
I pray to Those Enlightened Ones
To help me reach wisdom in this life,
So that I may help lift humanity
Off of Karma's wheel of strife.

KINH VÀO ĂN CƠM

Giữa vạn vật con người một giống,
Phải uống ăn nuôi sống thây phàm
Từ bi ngũ cốc đã ban
Dưỡng nuôi con trẻ châu toàn mảnh thân
Công Thần Nông hóa dân buổi trước
Dạy khôn ngoan học chước canh điền.
Nhớ ơn bảo mạng Huyền Thiên
Con mong mượn xác đoạt quyền vĩnh sanh.

KINH KHI ĂN CƠM RỒI

Nguyện nhớ ơn Nông Canh nhằn nhọc
Nguyện ơn người lúa thóc giã xay
Ngậm cơm ơn ngậm hằng ngày
Nên người con nguyện ra tài lợi sanh.
Con cầu xin mảnh hình tráng kiện
Giúp nên công xây chuyển cơ Đời
Trên theo pháp luật Đạo Trời
Dưới thương sanh chúng một lời đinh ninh.

128

PRAYER BEFORE EATING

Foremost to the multitude of living beings,
To eat is the most necessary of things.
Cereals, the Creator has brought to this need,
And give to His children upon which to feed.
Our deep thanks go to Sen Nong King
Who taught in the ways of plants' upbringing.
Gratefully I vow to borrow this body of man
In use for the quest of the Eternal land.

PRAYER AFTER MEAL

Each time I partake of Your bounty,
I bear gratitude to those who toil
To bring rice to my table and bread to my lips.
By their leave do I take my own talents
Out into the world to share.
I pray for good physical health
In order to help change the world
According to the divine law
And convey divine love to all beings.

ADVICE OF THE PRIEST READ TO HUSBAND AND WIFE IN FRONT OF THE ALTAR.

Nam Mô Cao Đài Tiên Ông Đại Bồ Tát Ma Ha Tát

The Supreme Being brings you two together as husband and wife for life. You shall love and support each other in all situations either rich or poor. This is the beginning of a bright future. Gentle wife would make a husband hero. Gentle husband would make a wife virtuous and loyal. Initially you are husband and wife, and later you will be parents. Although having two different names, you have one common spiritual family. Being disciple of the Great Way, you should be virtuous and be a model as a husband and wife.

Nam Mô Cao Đài Tiên Ông Đại Bồ Tát Ma Ha Tát

KINH HÔN PHỐI.

Cơ sanh hóa Càn Khôn đào tạo,
Do Âm Dương hiệp đạo biến thiên,
Con người nắm vững chủ quyền,
Thay Trời tạo thế giữ giềng nhơn luân.
Ở trước mắt Hồng Quân định phận,
Đạo vợ chồng đã xứng nợ duyên,
Trăm năm khá nhớ hương nguyền,
Chồng hay trọn nghĩa, vợ hiền trọn trinh.
Đã cùng gánh chung tình hòa ái,
Tua đút cơm sửa dải làm duyên,
Dưới trăng bóng ngọc còn nguyên,
Ôm bình bao tóc sang hèn cũng cam.
Đường tổ nghiệp nữ nam hương lửa,
Đốt cho nồng từ bữa ba sanh,
Giữa đền để một tấc thành,
Đồng sanh, đồng tịch đã đành nương nhau.

Nam Mô Cao Đài Tiên Ông Đại Bồ Tát Ma Ha Tát
Nguyệt Tâm Chơn Nhơn (Victor Hugo)

WEDDING PRAYER.

*From the Tao, Yin and Yang create and nurture
Heaven and Earth,
Mankind has the privilege to create and maintain
life on earth,
The Supreme Being has united you two as husband
and wife,
You have to always remember your vow:
As a good husband you have to fulfill the duties to
humanity.
As a good wife you have to be loyal.
You vow to love, to care, to support and to be loyal
to each other
In all situations either rich or poor.
The warm love between husband and wife
Is for the continuity of humanity.
With all sincerity, husband and wife promise
To be with each other until the end of life.*

Nam Mô Cao Đài Tiên Ông Đại Bồ Tát Ma Ha Tát
Victor Hugo

KINH CẦU TỔ PHỤ ĐÃ QUI LIỄU

Giọt máu mủ lưu truyền tại thế
Con những mong truyền kế lửa hương
Nguyện cùng Thất Tổ xin thương
Cho bền gang tấc noi đường thảo ngay.
Xưa chẳng đặng phước may gặp Đạo
Nay phò trì con cháu tu tâm
Dâng gươm huệ kiếm xin cầm
Chặt lìa trái chủ đặng tầm ngôi Thiên.
Dầu tội chướng ở miền địa giái
Dầu oan gia ở ngoại Càn Khôn
Dầu mang xác tục hay hồn
Nhớ cầu Từ Phụ Chí Tôn cứu nàn.
Dầu đoạt vị ở an Thiên cảnh
Dầu tái sanh mở cảnh siêu phàm
Nương thuyền Bát Nhã cho an
Dìu chừng con cháu vào đàng nghĩa nhân.
Kìa lố bóng hồng ân bao phủ
Cả thế gian đầy đủ đạo mầu
Âm dương đôi nẽo như nhau
Cửu Huyền Thất Tổ giữ câu thọ trì.
Chốn Tây Phương đường đi thong thả
Cõi Diêm Cung tha quả vong căn
Tiêu diêu định tánh nắm phan
Dò theo Cực Lạc đon đàng siêu thăng.
Nhớ nỗi hiếu khó ngăn nét thảm
Tưởng nguồn ân đốt nén tâm hương

PRAYER FOR THE DEATH OF GRANDPARENTS

Being your blood in this world
We just hope to maintain the family tree
We pray to the seven generations of parents
To support our patience for realizing piety to family.
You did not have opportunity to meet the Tao
You may now support your children and grand
children for following it
We offer you the wisdom sword
To severe all Karma on your way to Nirvana.
Despite all sins on earth,
Despite all Karma in universe
Either being a physical body or a soul
You may pray to the Supreme Being for saving you.
Either you will reach Nirvana,
Or incarnate to any dimensions
Ride the Saving Boat
To guide your children on the way of love
The blessing light is showering all worlds,
The physical and spiritual worlds the same,
The parents of all generations shall be determined
to follow the sacred teaching.
To advance leasurely on the way to Nirvana
The Hell is closed behind, all Karma neutralized.
Just follow the leading flag of the Tao.
We cannot hold our tears,
In burning these incenses to demonstrate our
devotion to you

Tắc lòng đòi đoạn đau thương
Chơn mây vái với hương hồn hiển linh.

Nam Mô Cao Đài Tiên Ông Đại Bồ Tát Ma Ha Tát.

Your soul, please witness
Our love and gratitude from our broken heart.

Nam Mô Cao Đài Tiên Ông Đại Bồ Tát Ma Ha Tát.

KINH TỤNG CHA MẸ ĐÃ QUI LIỄU.

Ơn cúc dục cù lao mang nặng,
Lỡ thân côi mưa nắng khôn ngừa.
Âm Dương cách bóng sớm trưa,
Thon von phận bạc không vừa hiếu thân.
Đầu cúi lạy phụ (mẫu) thân linh hiển,
Lễ muối dưa làm miếng hiếu tâm.
Ven trời gởi chút tình thâm,
Động lòng thương nhớ tuôn dầm lệ sa.
Xin có tưởng ruột rà máu mủ,
Cõi hư linh bao phủ ân hồng.
Cảnh Thiên noi bước Hoá Công,
Nắm phang Tiếp Dẫn vào vòng Như Lai.
Chốn Hư Linh chờ ngày hội hiệp,
Dầu căn xưa quả kiếp dường bao.
Thà cam vui chốn Động Đào,
Đừng vì nhớ trẻ trở vào phàm gian.
Nuốt tiếng than đôi hàng lả chả,
Tưởng đến điều nhơn quả mà đau.
Xem thân tuổi hạc càng cao,
E ra tử biệt Thiên Tào định phân.
Nối hương lửa nhơn luân đạo trọng,
Con gìn câu chết sống trọn nghì.

PRAYER FOR THE DEATH OF PARENT

We are indebted to you for all your love and support in raising us,
And now alone with no more your protection against the up and downs of life.
You and us are now in different dimensions.
You are not physically here for us to show our gratitude and devotion to you.
We are prostrating to you father (mother),
To pray to you to witness our devotion with simple foods.
We are sending to you in heaven our love.
We are in tears missing you.
Please think to your blood in us and bless us from heaven.
You are now on your journey,
Following the leading flag to Nirvana.
Where we wait for our reunion,
Althought we have to pay all our karmic debt.
Please enjoy your stay in Nirvana,
And do not return to earth just because you miss your children.
We are swallowing our tears,
And are suffering in thinking of karmic law.
As one is aging,
One would deal with the death already pre-arranged by God.
In any situation,
We always determine to fulfil our human duty to ancesters.

Sấp mình cúi lạy Từ Bi,
Tiền khiên phụ mẫu Tam Kỳ xá ân,
Xin lịnh cha (mẹ) định thần định tánh,
Noi khuôn linh nẽo Thánh đưa chơn.
Thong dong cõi thọ nương hồn,
Chờ con lập đức giúp huờn ngôi xưa.
Chung ly biệt con đưa tay rót,
Mối thương tâm chưa ngớt đeo sầu.
Cha ở đâu, mẹ nơi đâu?
Tâm tang kính gởi một bầu lệ châu.

Nam Mô Cao Đài Tiên Ông Đại Bồ Tát Ma Ha Tát.

We prostrate here praying to Mercy God,
To save your soul in this third amnesty.
Dear father (mother), please concentrate,
In following the holy way.
We will accumulate spiritual credits in accomplishing humanity services,
In order to help your journey to Nirvana.
We respectfully offer to you with deep sorrow,
This wine for this moment of separation.
Mother (father) is here and where are you father (mother)?
Please witness our sad mourning.

Nam Mô Cao Đài Tiên Ông Đại Bồ Tát Ma Ha Tát.

KINH TỤNG KHI CHỒNG QUI VỊ

Niềm ân ái thân hòa làm một,
Nghĩa sơ giao khắc cốt ghi xương.
Nhắn mưa gởi gió đưa thương,
Từ đây thiếp tỏ đoạn trường với ai?
Càng nhớ đến những ngày hội ngộ,
Càng ngổn ngang mối nợ tình chung.
Đã đành bẻ gãy chữ đồng,
Hiển linh chứng chiếu tấm lòng tiết trinh.
Dầu sống sót cũng đành gọi thác,
Vui chi còn man mác tơ duyên.
Thiệt thòi cam phận thuyền quyên,
Chứa chan giọt lệ cửu tuyền cuộn trôi.
Chàng đã đặng phủi rồi nợ thế,
Xin hiển linh giúp kẻ góa thân.
Chở che khỏi kiếp phong trần,
Gìn gương liệt nữ hồng quần để soi.
Chàng dầu đặng thảnh thơi cảnh trí,
Hộ dâu con giữ kỹ nhơn luân.
Chàng dầu vinh hiển cõi Thần,
Gởi trong giấc mộng đặng gần cùng nhau.
Chàng dầu hưởng Thiên Tào huyền phép,
Đỡ đường trần chật hẹp đơn côi.

PRAYER FOR THE DEATH OF HUSBAND.

We are one in the conjugal love,
All souvenirs since the time we first met are still in
my heart.
I send my love to you by wind and rains,
From now on, to whom may I confide my heart?
The more I think about our life together and our
conjugal obligations,
The more I am in the muddle.
Despite our broken love,
Please witness my loyalty.
Although being in life, I am like being dead,
Because without you, life is no more meaningful.
I have accepted the loss of my husband,
My tears are swept to the nine springs (the other
world).
You have fulfilled all your secular obligations
Please manifest sacredly your support to the widow,
To protect me in my life,
And to support my willing to lead an example life
for others.
You are free in Holy land,
Please support and guide our children in their
duties toward humanity.
You are now honored in Saintly world,
Please manifest in my dream.
You are now having celestial power,
Please support and help me being alone in the
narrow and difficult road of life.

Chàng dầu Cung ngọc an ngôi,
Xin thương thân thiếp nợ đời còn mang.
Gởi hồn phách cho chàng định số,
Gởi kiếp căn chàng mở dây oan.
Thiếp cam bao tóc thờ chàng,
Rót chung ly biệt đôi hàng lụy sa.

Nam Mô Cao Đài Tiên Ông Đại Bồ Tát Ma Ha Tát.

You are now safe in heaven,
Please have compassion to my secular karma.
I send you all my heart and all my karma for you to help me to pay.
I vow to be loyal.
I offer you in tears this wine for this moment of separation.

Nam Mô Cao Đài Tiên Ông Đại Bồ Tát Ma Ha Tát.

KINH TỤNG KHI VỢ QUI LIỄU

Tưởng tơ tóc cùng nhau trọn đạo
Theo tùng phu sửa áo nâng khăn.
Âm Dương đôi nẽo chia phân,
Túy Sơn Vân mộng mới gần đặng nhau.
Khi để bước phòng đào lạnh ngắt,
Mảnh tàn y dường nhắc nghi dung.
Thấy cơn tử biệt não nùng,
Hương thề tắt ngọn lạnh lùng tơ duyên.
Càng nhớ đến lời nguyền buổi trước,
Thẹn non song chưa ngớt tình nồng.
Phụ phàng chi bấy hoá công,
Lòng nào mà lại cắt lòng không đau.
Nối tông tổ biết bao nghĩa trọng,
Cơ nghiệp còn lưu mộng tang du.
Mập mờ nhắn nguyệt đêm thu,
Kẻ còn người mất ai sầu hơn ai?
Vói nhắn khách dạ đài có tưởng,
Vậy bóng hình để tướng nơi nao?
Hay là lạc bước nguồn đào,
Để thương cho mặt anh hào đeo mang.
Ngồi quạnh quẽ đèn tàn một bóng,
Chịu góa thân tuyết đóng song thu.
Bước Tiên nàng đã ngao du,
Đoái tình thương kẻ ôm cầu khóc duyên.
Hay nàng đặng nhập miền Cực Lạc,
Đoái tưởng người chưa thoát trầm luân.

146

PRAYER FOR THE DEATH OF WIFE

My dear wife, I thought our marital life together would last
But we are now in different dimensions.
I may only see you in dreams.
As I enter our room, it is cold without you,
Your clothes revive in me your image,
This separation is so sad.
My life becomes lonely and cold
As I still remember our vows to each other
And our warm and happy conjugal life.
O God! Do you realize my suffering and sadness?
It is like my own death.
My dear wife, I am profoundly grateful to you for building and maintaining the family continuity.
In this sad night of Autumn,
I ask the moon:
Between you and me in different dimensions,
Who is suffering more?
O! My dear wife,
Where are you now?
Are you in Nirvana?
Leaving me alone missing you?
I am now alone in our cold room suffering of this separation,
You are traveling into the Immortality.
Are you thinking of me weeping for your depart.
You are now in Nirvana,
Are you thinking of me in this suffering ocean?

Dâng mảnh tâm gọi là của lễ,
Ngước trông níu ngọn Phất trần,
Chổi Tiên quét sạch nợ nần oan gia.
Chén ly tình là lệ ái ân.
Dầu chi cũng nghĩa chí thân,
Khối tình còn có một lần đấy thôi.

Đoàn Thị Điểm

I can imagine you holding the whisk
Sweeping all karmic attachements.
I offer you now all my heart,
And this wine with my tears of love and separation.
You were one with me in our conjugal life,
This ceremony witnesses my love to you.

Đoàn Thị Điểm

NHỮNG LỜI VÀNG NGỌC - WORDS OF WISDOM

KHUÔN VÀNG THƯỚC NGỌC - GOLDEN RULES

HINDUISM:
Đừng làm cho kẻ khác những gì nếu làm cho ta sẽ gây đau đớn.

Do not to others which if done to thee would cause thee pain.

BUDDHISM:
Đừng gieo đau khổ cho kẻ khác trong những hoàn cảnh mà chính ta cảm thấy đau khổ.

Hurt not others in way that you yourself would find hurtful.

SIKKHISM:
Đừng gây thù hận với bất cứ ai, vì trong mọi người đều có Đức Thượng Đế.

Don't create enmity with anyone as God is within everyone.

150

ZOROASTRIANISM:
Đừng làm cho kẻ khác những gì làm cho chính ta bất ổn.

Do not do unto others all that which is not well for oneself.

JAINISM:
Trong hạnh phúc hay khổ đau, trong vui mừng hay sầu muộn, chúng ta nên đối đãi cùng muôn loài như đối đãi với chính mình.

In happiness and suffering, in joy and grief, we should regard all creatures as we regard our own self.

JUDAISM:
Đừng làm cho người khác những gì mình không muốn người khác làm cho mình.

Do not do unto others what thou wouldst not they do unto thee.

CHRISTIANITY:
Hãy làm cho người khác những gì mình muốn người khác làm cho mình.

Do unto others as you would have others do unto you.

ISLAM:

Không một ai có thể tự cho rằng mình có đức tin thật sự nếu mình không mưu cầu cho người anh em của mình những gì mình mong muốn cho chính mình.

None of you truly have the faith if you do not desire for your brother that which you desire for yourself.

WICCA:

Ta có thể làm bất cứ điều gì miễn là đừng hại ai.

If it harms none, do what you will.

CONFUCIANISM:

Những gì ta không muốn đừng làm cho kẻ khác.

Do not do unto others what you do not want others to do unto you.

BAHA'I:

Đừng trao cho kẻ khác gánh nặng mà mình không muốn gánh vác. Đừng làm cho kẻ khác những gì mình không muốn làm cho mình.

Lay not on any soul a load which ye would not wish to be laid upon you and desire not for anyone the thing you would not desire for yourself.

TÌNH THƯƠNG YÊU - LOVE

ẤN ĐỘ GIÁO - HINDUISM:
Chân đạo là tình thương, vì Thượng Đế yêu cả muôn loài dù lớn dù nhỏ

"True religions is to love, as God has loved them all things, whether great or small"

Người nào tìm thấy Ta trong cả muôn loài, và tìm thấy muôn loài trong Ta sẽ yêu thương Ta trong muôn loài. Kẻ nào tôn thờ Ta với tình thương yêu, Ta sẽ yêu. Họ ở trong Ta, và Ta ở trong họ.

"Who sees Me everywhere and all in Me... Loves Me in all. Them that worship Me with love, I love; they are in Me and I in them"

Con người không nên ghét bất cứ sinh vật nào. Hãy niềm nở và thương yêu tất cả.

"A man should not hate any living creature. Let him be friendly and compassionate to all"

Người nào thấy muôn vật như mình và thấy mình trong muôn vật sẽ không còn ghét một ai.

"He who sees all beings in the Self, and the Self in all beings, hate none"

PHẬT GIÁO _ BUDDHISM:

Điều toàn mỹ thứ 9 là tình thương yêu. Vì nước mát làm cho mọi người đỡ khát một cách đồng đều và rửa họ sạch sẽ như nhau không phân biệt tốt xấu. Vì vậy, đối với kẻ thù hay đối với bè bạn, ta nên đối đãi với họ như nhau với cùng một tình thương yêu.

"The ninth perfection is Loving kindness. As water quenches the thirst of the good and the bad alike, and cleanses them of dust and impurity, so also shall you treat your friend and your foe alike with loving kindness"

Cầu cho vạn vật được phồn thịnh thái bính, dù yếu hay mạnh, dù lớn hay nhỏ, hãy yêu thương cả muôn loài trong vũ trụ với tình thương bao la.

"May creatures all abound in weal and peace... all creatures weak and strong, all creatures great and small:... Let all-embracing thoughts for all that lives be thine -an all-embracing love for all the universe in all its heights and depths and breadth, unstincted love, unmarred by hate within, not rousing enmity."

LÃO GIÁO _ TAOISM:

Hãy dùng tình thương yêu để đo lường tình bè bạn.

"The excellence of friendship is measured by love."

Khi trị thế
Dùng kỷ luật
Như đối với lương tâm của mình,
Người thống trị thế gian,
Thương mọi người
Như thương mình.

"In governing the world,
Let rule entrusted be
To him who treats his ranks,
As if it were his soul;
world sovereignty can be
Committed to that man
Who loves all people
As he loves himself."

DO THÁI GIÁO - JUDAISM:
Hãy thương người láng diềng như thương mình.

"Thou shalt love thy neighbor as thyself"

Gieo công bình, gặt thương yêu.

"Sow in righteousness, reap in mercy"

THIÊN CHÚA GIÁO - CHRISTIANITY:
Ta ban cho các con một giáo điều mới đó là phải
thương yêu nhau.

155

"A new commandment I give you, that you love one another"

Thượng Đế là tình thương yêu, kẻ nào sống trong tình thương là sống trong Thượng Đế.

"God is love; and he who dwells in love dwells in God"

Không có sự sợ hãi trong tình thương yêu. Tình thương yêu trọn vẹn sẽ tiêu trừ sự sợ hãi.

"There is no fear in love; but perfect love casts out fear"

HỒI GIÁO - ISLAM:

Ta không phải đến để trừng phạt kẻ phản bội mà để yêu thương loài người.

"I was not sent to curse the Infidels but to have mercy on mankind"

NHO GIÁO - CONFUCIANISM:

Khi được hỏi về nhân loài, Đức Khổng Tử nói rằng: Hãy yêu thương loài người.

Asked about humanity, Confucius said: "Love men"

CAO DAI:

Thánh ngôn: Các con là cơ thể của sự thương yêu.

Holy message: You are the body (physical manifestation) of love.

Sự thương yêu là giềng bảo sanh của Càn khôn Thế giới. Có thương yêu, nhơn loại mới hòa bình, Càn khôn mới an tịnh. Đặng an tịnh mới không thù nghịch lẫn nhau, mới giữ bền cơ sanh hóa.

Love is the cause of the existence of the universe. Thanks to love all living beings are in peace, the universe is calm. Thanks to peace, there would be no mutual hatred, and subsequently there would be maintenance of life and evolvement.

Qui vương là tay diệt hóa. Cũng như có sống của Thầy, ắt có chết của Qui vương vậy.

The Demon is against life and evolvement. I am life and the Demon is the death.

Quỉ vương xúi giục người không đem lòng bác ái mà gây rối lương sanh. Vì có ghét nhau, vạn loại mới khi nhau; khi lẫn nhau mới tàn hại nhau, mà tàn hại nhau là cơ diệt thế. Vậy Thầy cấm các con từ đây, nếu không đủ sức thương yêu nhau, thì cũng đừng ghét nhau, nghe à.

The Demon wants to harm you by inducing you into the hatred, because hatred would lead to mutual disdain, mutual destruction and death. Therefore, if you can't love each other, I forbid you to hate each other."

Sự thương yêu là chìa khóa mở Tam thập lục Thiên, Cực Lạc Thế Giớùi, và Bạch Ngọc Kinh. Kẻ nào ghét sự thương yêu, thì chẳng hề qua khỏi cửa luân hồi.

"Love is the key to thirty-six Heavens, to Nirvana, and to the White Pearl Palace. Who hates love, will never be able to escape from reincarnation."

BÀI HÁT

Cao Đài Phổ Độ kỳ ba.

Cao Đài Phổ Độ kỳ ba,
Dọn đường cứu rỗi hằng hà chúng sanh.
Trung Dung Khổng Thánh chỉ rành,
Can thường vẹn giữ công bình nêu gương.
Thương yêu gieo rắc mười phương,
Cứu người lạc lối tìm đường nẻo ngay.
Từ bi Phật dặn rất may,
Thuyền từ cứu khổ muôn loài vượt qua.
Ai ơi tỉnh giấc Nam Kha,
Mỏi mòn bệ ngọc Cha già đợi con.

Muôn loài chỉ một mà thôi,
Dù rằng khác giống khác màu khác nơi.
Tâm trung Thượng Đế ngự rồi
Tìm về Phật tánh cứu người thoát mê.
Thương yêu rải khắp sơn khê,
Nhớ rằng vạn giáo qui về nhứt nguyên.
Giờ đây thảm khốc liên miên,
Nhân sanh khốn khổ khắp miền thế gian.
Ai ơi hãy bớt phân chia,
Cõi trần huynh đệ trọn bề thương nhau.

160

SONG

CaoDai, the Supreme Being's third salvation

CaoDai, the Supreme Being's third salvation
Guides humanity to enlightenment.
The Middle Way, human duties including justice
Have been clearly taught
Love is to be spread everywhere
to lead humanity to the path to truth.
Compassion is also a way
for humanity's redemption.
Wake up humanity from your secular dream!
Our Father has been waiting for you at home.

Ten thousand things and the universe are but one,
Although people are different in races, colors, and
dwellings,
All have in their heart the Supreme Being.
Returning to the heart is a way to redemption.
Love is to be spread everywhere
All religions are indeed one.
Humanity has been suffering because of wars, and
conflicts
Humanity! Be united.
Helping each other in fraternity on the path home!

Made in the USA
Coppell, TX
12 January 2020

14400285R00089